அம்பை

ஸாரஸ் பறவை ஒன்றின் மரணம்

சுதா குப்தாவின் துப்பறியும் அனுபவங்கள்

காலச்சுவடு பதிப்பகம்

அன்பார்ந்த வாசகருக்கு,

வணக்கம்.

காலச்சுவடு நூலை வாங்கியமைக்கு நன்றி.

நூலின் உள்ளடக்கம், உருவாக்கம், அட்டைப்படம் இன்ன பிற அம்சங்கள் பற்றிய உங்கள் கருத்துகளையும் ஆலோசனைகளையும் காலச்சுவடு வரவேற்கிறது. தகவல், எழுத்து, வாக்கியப் பிழைகள் தென்பட்டால் அவசியம் தெரிவித்து உதவுங்கள். நூல் தயாரிப்பில் கடும் குறைபாடு இருப்பின் மாற்றுப் பிரதி உங்களுக்குக் கிடைக்கக் காலச்சுவடு ஏற்பாடு செய்யும்.

மின்னஞ்சல்: publisher@kalachuvadu.com

காலச்சுவடு நாகர்கோவில் அலுவலகத்திற்குக் கடிதம் அனுப்பலாம்.

தங்கள்
எஸ்.ஆர். சுந்தரம் (கண்ணன்)
பதிப்பாளர் — நிர்வாக இயக்குநர்

ஸாரஸ் பறவை ஒன்றின் மரணம் சுதா குப்தாவின் துப்பறியும் அனுபவங்கள் ❖ நீள்கதைகள் ❖ ஆசிரியர்: அம்பை ❖ © சி.எஸ். லக்ஷ்மி ❖ முதல் பதிப்பு: ஜூலை 2019, திருத்தப்பட்ட இரண்டாம் (குறும்) பதிப்பு: பிப்ரவரி 2022, நான்காம் பதிப்பு: ஜூலை 2024 ❖ வெளியீடு: காலச்சுவடு பப்ளிகேஷன்ஸ் (பி) லிட்., 669 கே.பி. சாலை, நாகர்கோவில் 629001

saaras paRavai onRin maraNam sutha gupthavin thuppariyum anupavankal ❖ Long Stories ❖ Author: Ambai ❖ © C.S. Lakshmi ❖ Language: Tamil ❖ First Edition: July 2019, Revised Second (Short) Edition: February 2022, Fourth Edition: July 2024 ❖ Size: Demy 1 x 8 ❖ Paper:18.6 kg maplitho ❖ Pages:144

Published by Kalachuvadu Publications Pvt. Ltd., 669, K.P. Road, Nagercoil 629001, India ❖ Phone:91-4652-278525 ❖ e-mail: publications@kalachuvadu.com ❖ Printed at Real Impact Solutions, No. 12, 3rd Street, East Abiramapuram, Mylapore, Chennai 600 004

ISBN: 978-93-88631-48-8

07/2024/S.No. 904, kcp 5221, 18.6 (4) 1k

உள்ளடக்கம்

250 சதுர அடி கொண்ட ஓர் அறை	9
ஸாரஸ் பறவை ஒன்றின் மரணம்	40
பூவடிச் செதில்	81
பன் மஸ்காவுடன் இரானி சாய்	105

250 சதுர அடி கொண்ட ஓர் அறை

பல நாட்களாக வராத கிளிகள் திடீரென வரத் துவங்கியிருந்தன. வெள்ளை மேகங்களுடன் இருந்த நீல ஆகாயப் பின்னணியின் குறுக்கே பச்சைப் பறவைகள் வந்ததும் வண்ணங்களில் முக்கப்பட்டத் தூரிகையாய் உணர்ந்தாள் சுதா. அன்றைய வேலைகளை இன்னும் துவக்கவில்லை. ஸ்டெல்லா இன்னும் வரவில்லை. திருமணமான பின்னும் ஒழுங்காக வந்துகொண்டிருந்தவள் இப்போது குழந்தை பிறந்த கடந்த ஒரு வருடமாய்க் காலையில் சற்றே தாமதமாய் வருகிறாள். வீட்டிலிருந்தபடியே பார்க்கவேண்டிய அலுவலகக் கடிதங்களைக் கணினியில் பார்த்துப் பதிலெழுதி அவளுக்கு அனுப்பிவிடுவாள் அவள் பார்வைக்கு. மாலையில்தான் பரபரப்பாள். சிங்காரவேலுவின் ஸுஸுகி பர்க்மென் ஸ்கூட்டரின் ஒலி அவளுக்கு எப்படியோ கேட்டுவிடும்.

அவனிடம் முன்பு இருந்த பஜாஜ் க்ரிஸ்டல் ஸ்கூட்டரை இப்போது அவன் தங்கை ஸுநயனா ஓட்டுகிறாள். சிங்காரவேலுவுக்கும் அவனுடைய அம்மாவுக்கும் ஸ்டெல்லா தன் தந்தையுடன் போய் தன் காதல் பற்றிக் கூறியதும் ஆச்சரியம் தாளவில்லை. ஒரு துப்பறியும் நிறுவனத்தில் அவள் வேலை பார்க்கிறாள், சமீபத்தில் முடித்துக்கொடுத்த வழக்கில் அவனையே துப்பறிய அந்த நிறுவனம் முனைந்தது என்பது தெரிந்ததும்

ஸாரஸ் பறவை ஒன்றின் மரணம்

சிங்காரவேலு சற்று அதிர்ச்சியடைந்தான். பிறகு எல்லாம் சுமுகமாய் முடிந்தது. எம்.ஏ. முடித்தபின்பும் எந்த நிரந்தர வேலையிலும் அமர அவன் விரும்பவில்லை. தான் நடத்திய குழந்தைகளுக்கான புத்தகசாலையையும் கணினி வகுப்புகளையும் இன்னும் விரிவுபடுத்தி நடத்த விரும்பினான். விழிப்புணர்வு விளம்பரங்களையும் செய்யும் விளம்பர நிறுவனம் ஒன்றில் மொழிபெயர்ப்பாளராகச் சுதந்திரமாக வேலை செய்தான். கால் – சென்டர் வேலையை விட்டுவிட்டான். அப்படிச் செய்தது அவனுக்கு எந்த அழுத்தங்களும் இல்லாமல் அவனுடைய மற்ற வேலைகளைச் செய்ய உதவுகிறது என்றான். தாராவி வீட்டை புத்தகசாலை கணினி வகுப்புகள் இரண்டையும் நடத்தும் இடமாக மாற்றி ஸ்டெல்லா இருக்கும் பாந்த்ரா வீட்டுக்கே அவன் குடும்பம் வந்துவிட்டது. ஸுநயனாவுக்கும் பாந்தராவில் இருந்த நேஷனல் காலேஜிலேயே இடம் கிடைத்துவிட்டதால் சௌகரியமாய்ப் போயிற்று. மலர்விழி டீச்சரின் பள்ளியும் ஸயானிலேயே இருந்ததால் அதிக தூரமில்லை. ஸுநயனாவுக்கோ சிங்காரவேலுவுக்கோ அவளைப் பள்ளிவரைக் கொண்டுவிடுவதும் திரும்பக் கூட்டிவருவதும் சிரமமாக இல்லை. சமயத்தில் ஸ்டெல்லாவின் தந்தை ஜான் கருணாகரனும் அதைச் செய்வார். எதுவும் இல்லையென்றால் ஆட்டோ அல்லது பேருந்து. வாழ்க்கை வழவழப்பான பாதையில் போயிற்று. ஆனந்திதான் வந்து அவர்களை அலைக்கழிக்க ஆரம்பித்தாள். எல்லோர் பார்வையும் தன் பக்கமே இருக்கவேண்டும் என்று நினைத்தாள். படுத்து உறங்கும் தாத்தாவின் தொப்பையில் ஏறினாள். ப்யூலா பாட்டியைத் தன் பின்னே ஓடவைத்தாள். தரையில் கிடக்கும் எந்த உணவையும் வீணாக்காமல் அப்பாவின் வாயில் திணித்தாள். ஸ்டெல்லா இவளுடன் தொலைபேசியில் பேச ஆரம்பிக்கும்போது அவள் மார்பைத் தொட்டுப் பால் வேண்டுமென்று அடம்பிடித்தாள். அவள் பெரியவளானால் துப்பறியும் வேலையில் ஈடுபடலாம் என்றாள் ஸ்டெல்லா. என்றோ தொலைத்த கொண்டையூசி, குண்டூசி குத்திவைக்கும் ஊசிப்பஞ்சு, பென்சில், பேனா, அழிப்பான் இவை எல்லாம் அவளுக்கு எங்கெங்கிருந்தோ கிடைத்தன.

அன்றும் வழக்கம்போல் கணினியில் வந்த கடிதங்களைப் பார்த்து அவள் பார்க்கவேண்டிய பதில்களை அனுப்பியிருப்பாள். பெரிய துப்பறியும் நிறுவனம் அல்ல சுதாவுடையது. கல்லூரியில் படிக்கும்போதும் தற்செயலாக நடந்த நிகழ்வொன்றுக்குப் பின் முறையான தொழிலாயிற்று. மனைவியைச் சந்தேகிக்கும் கணவன், கனவனைச் சந்தேகிக்கும் மனைவி இவர்களுக்காக வேவு பார்த்து அறிக்கை தயாரிப்பது, தொழில்முறை நண்பர்கள்

ஒருவரையொருவர் நம்பாமல் ரகசியமாக அடுத்தவரைப் பற்றிய அறிக்கை கேட்கும்போது தயாரித்துக்கொடுப்பது, வியாபார ஒப்பந்தங்களுக்கு முன் சம்பந்தப்பட்டக் கூட்டாளிகள் பற்றிய ரகசிய மதிப்புரை தயாரித்தல், திருமணத்துக்கு முன் மணமகள் அல்லது மணமகன் பற்றிய தகவல்கள் சேகரிப்பு இந்த வேலைகளைத்தான் அவள் நிறுவனம் செய்தது. அருமையான துப்பறியும் நிபுணர் ஒருவரிடம் பயிற்சியும் எடுத்திருந்தாள். வித்யாசாகர் ராவ்தே. இப்போது அவர் ஓய்வு எடுத்துக்கொண்டுவிட்டார் என்றாலும் ஏதாவது முக்கியமான வழக்கு என்றால் அவருடைய கழுகு மூக்கில் வியர்த்துவிடும். சுயேச்சையாக வேலை செய்யும் துப்பறிபவர்களுடன் போலீஸ் இணைந்து வேலை செய்வதில்லையென்றாலும் இன்ஸ்பெக்டர் கோவிந்த் ஷெல்கே அவளை ஏதாவது வகையில் சுவாரசியமான வழக்கில் ஈடுபடுத்திவிடுவார். அதற்கான தொகையையும் ஏதோ வகையில் அவளுக்கு வரும்படி செய்துவிடுவார். கணவன் விஞ்ஞானி நரேன் என்னும் நரேந்திர குப்தாவும் எம்.ஏ. படிக்கும் மகள் அருணாவுக்கும் இவள் வேலை பழகிப்போய்விட்டது. வராந்தாவைத் தடுத்து அமைந்த இவள் அலுவலகமும் அதிலிருந்து கிளம்பும் சுவாரசியமான சில வேலைகளும் அவர்கள் அன்றாட வாழ்க்கையில் ஒன்றிவிட்டது. தொலைந்துபோன காலுறைகள், முக்கியமான கடிதங்கள், ஒளித்துவைத்த டயரி இவைகளைத் தேடவும் அவள் துப்பறியும் அறிவு பயன்பட வேண்டும் என்று செல்லச் சண்டைகளும் நடக்கும்.

கிளிகள் ஆலமரக் கிளைகளில் வந்திறங்கி அமர்ந்தன. வேலை ஆரம்பிக்கும் முன் லவங்கப்பட்டைத் தேநீர் குடித்தாக வேண்டும் அவளுக்கு. மின்சாரக் கெட்டிலின் சிவப்பு விளக்குப் பொத்தானை அழுத்தினாள். சிறிது நேரத்தில் தண்ணீர் கொதிக்கும் ஓசை கேட்டது. அமுக்கிய பொத்தான் டப்பென்ற ஓசையுடன் வெளிப்பட்டது. பூதக் கண்ணாடியின் படம் போட்ட தேநீர்க்கோப்பையை அவள் பிறந்தநாள் பரிசாகத் தந்திருந்தாள் அருணா. அதில் லவங்கப்பட்டைத் தேநீர்ப் பையைப் போட்டு வெந்நீரை ஊற்றியதும் அதன் மணம் நாசியில் ஏறி நாளைத் துவக்கும் உற்சாகத்தை அளித்தது. தேநீர்ப் பையை எடுத்து வைத்துவிட்டு நாற்காலியில் அமர்ந்து மெல்லப் பருகலானாள். சரியான சூடு. தொண்டையில் இறங்கியதும் இதமாக இருந்தது.

ஏற்கனவே எழுதி வைத்திருந்த அறிக்கை ஒன்றைப் பார்த்து அனுப்புவதுதான் அன்றைய வேலை. முகநூலில் அறிமுகமான மாரீஷியஸில் இருக்கும் ஒருவர் திருமணம் செய்துகொள்ள விழைவதாகவும் அவரைப் பற்றிய விவரங்கள் வேண்டும் என்றும் வக்கீலுக்குப் படித்த, இன்னும் தொழிலை ஆரம்பித்திராத

பெண்ணொருத்தி அவளைக் கேட்டுக்கொண்டதால் எடுத்துக்கொண்ட வேலை. வக்கீலான அவள் கண்டுபிடிக்க முடியாததையா தான் கண்டுபிடித்துவிட முடியும் என்று அவள் கூறியும் 'எனக்கு அவனைத் தெரிந்திருப்பதால் நான் சில விஷயங்களைக் கவனிக்காமல் விட்டுவிடலாம். ப்ளீஸ், இதுவும் பெற்றோர்கள் ஏற்பாடு செய்யும் திருமணம் போல்தான். எனக்குப் பெற்றோர்கள் இல்லை. நானே செய்துகொள்ளும் ஏற்பாடு. அதனால்தான். ப்ளீஸ்' என்றாள்.

முகநூலில் அவன் அறிமுகப் படம் நன்றாகத்தான் இருந்தது. வசீகரிக்கும் மென் கறுப்பு நிறம். பளீரிடும் பற்கள். ஆழமான கண்கள். கண்ணியமான நகைச்சுவை கூடிய பதிவுகள். தகவல் பகுதியில் அவன் தன்னைப் பற்றி எதுவும் பகிர விரும்பவில்லை அவன் ஒரு வணிக நிறுவனத்தை நடத்துகிறவன் என்பதைத் தவிர. தானே முளைத்த சுயம்புபோல் தெரிந்தான்.

மாரீஷியஸ் எப்போதோ பயணம் போயிருந்தபோது சந்தித்துத் தொடர்பிலிருந்த தோழி ஒருத்தி மூலம் விசாரித்தபோது பல திடுக்கிடும் தகவல்கள் வந்தன. அவற்றின் நூல் முனையைப் பிடித்துக்கொண்டு முழு நூல் உருண்டையையும் பொறுமையாகப் பல மின்னஞ்சல் கடிதங்கள் மூலமாகவும் தொலைபேசி வழியாகவும் அவளும் ஸ்டெல்லாவும் கண்டெடுத்திருந்தனர். அவன் இதுவரை மூன்று முறை திருமணம் செய்து விவாகரத்துப் பெற்றவன். எல்லாப் பெண்களும் மாரீஷியஸ் அல்லாத மற்ற நாட்டுப் பெண்கள். மனமொப்பிச் செய்த விவாகரத்தாக இருந்தாலும் வெளியே சொல்லாத காரணம் உடலுறவில் வன்முறையும் வக்கிரமும் என்ற விவரம் தெரியவந்திருந்தது. அறிக்கை தயாராக இருந்தது. கணினிக் கோப்பாக இருந்தாலும் அச்சிட்டப் பிரதி ஒன்றையும் எடுத்து ஸ்டெல்லா கோப்பில் வைத்து மேசை மேல் வைத்திருந்தாள்.

கோப்பைத் திறந்து படிக்க ஆரம்பித்தாள்.

கைபேசி "ஏ மோஹ் மோஹ்கே தாகே" என்று ஒலித்தது.

கோவிந்த் ஷெல்கேயின் அழைப்பு என்று காட்டியது கணினித் திரை. எடுத்தாள்.

"நமஷ்கார் தீதி" என்றார் கோவிந்த் ஷெல்கே. இப்போது ஏ.ஸி.பி. உதவிப் போலீஸ் கண்காணிப்பாளராக இருந்தாலும் பழையபடியே பேச்சும் நட்பும்.

வாயிற் கதவு திறக்கும் சத்தம் கேட்டது. ஸ்டெல்லா வந்துவிட்டாளாக இருக்கும். அடுத்த நிமிடம் ஸ்டெல்லா உள்ளே வந்தாள்.

"ஸாங்கா கோவிந்த். காய் ஸால?" என்றாள் சுதா.

"வேலையெல்லாம் எப்படிப் போயிட்டிருக்கு தீதி?"

"வழக்கம்போலத்தான். எனக்கென்ன ப்ரமோஷனா கிடைக்கும்?"

"இந்தக் கிண்டல்தானே வேண்டாம்னு சொல்றது?"

"இல்லை கோவிந்த். இங்க ஒரு பெண்ணைக் கல்யாணம் பண்ணிக்கறேன்னுட்டு ..."

"ஏமாத்திட்டானா?"

"இல்லை. ஆளே ஃப்ராடு. மூணு தடவை டிவோர்ஸ் பண்ணியிருக்கான்."

"தேவாரே தேவா!"

"அது சரி. என்ன விஷயம்?"

ஸ்டெல்லா கணினி முன் அமர்ந்து அதைத் திறந்திருந்தாள். வேலையை ஆரம்பித்துவிட்டாலும் அவள் பேசுவதையும் கவனமாகக் கேட்டபடி இருப்பாள் என்று சுதாவுக்குத் தெரியும்.

"தீதி, அனில் பவார்னு யாரையாவது தெரியுமா? டஸ் இட் ரிங் எ பெல்?"

"அனில் பவாரா? ஞாபகம் வரலியே கோவிந்த்."

"ஏன் உங்களைக் கேட்டேன்னா அவன்கிட்ட இருந்த சின்ன முகவரி புத்தகத்துல இருக்கிற ஒரே பெயர் உங்களுதுதான்."

"என்னது?!"

ஸ்டெல்லா ஒரு துண்டுக் காகிதத்தை அவள் முன் வைத்தாள்.

'அனில் பவார். வயது 18. ஹோட்டலில் சர்வர் வேலை. போன வருடம் ஷைலஜா வழக்குல நமக்காகக் கொஞ்சம் உதவி செய்தான்.' என்று அதில் எழுதியிருந்தது. உடனே பளிச்சென்று நினைவு வந்தது.

"கோவிந்த் ..."

"என்ன, ஸ்டெல்லா வந்தாச்சா? உடனே சொல்லி யிருப்பாளே?" என்றார் கோவிந்த்.

"ஆமாம். அவளுக்கு எதுவும் மறக்காது."

"ஏன் அவனைப் பற்றிக் கேட்கறீங்க கோவிந்த்? என்ன ஆச்சு?"

“அவன் இறந்துட்டான் நேற்று ராத்திரி. மாஸிவ் ஹார்ட் அட்டாக்.”

“என்ன?” என்று அலறினாள். ஸ்டெல்லாவிடம் இறந்து விட்டான் என்று சைகையில் காட்டினாள். “அவனுக்கு 18 வயசு, கோவிந்த்.”

“ஆமாம் தீதி. ஒரே மர்மமா இருக்கு. அவனுக்கு யாருமில்லை. தனியா இருக்கான்.”

“தனியாவா? இல்லையே? அஞ்சு வயசாகும்போதே அம்மாவும் அப்பாவும் போயிட்டாங்க. எச்.ஐ.வி. ஒரு அண்ணன் இருந்தான் போல. அவனும் போயிட்டான். பால்கர்ல இருந்தாங்க. அப்புறமா இங்க பாட்டியோடயும் அத்தையோடயும்தான் இருந்தான். 12வது வரை படிச்சிருக்கான். ஒரு ஹோட்டல்ல சர்வரா இருந்தான். மேல படிக்க எவ்வளவோ சொன்னேன். அவனுக்கு விருப்பமில்ல. இதெல்லாம் அவன் சொன்ன தகவல்கள்தான். சாதாரணமா யாராவது எங்களோட வேலை செய்தால் ஒரு டாஸியர் பண்ணி வைப்போம் உபயோகமா இருக்கும்னுட்டு. அதுல இருக்கற தகவல்கள்தான். இதோ இப்போ ஸ்டெல்லா கம்ப்யூடர்ல காட்டினது.”

“இந்த விவரங்கள் எல்லாம் எங்களுக்கும் தெரியும் தீதி. அக்கம் பக்கம் இருந்தவங்க சொன்னாங்க. அவனை நீங்க கடைசியா எப்போ பார்த்தீங்க?”

“போன வருஷம் ஜூலை மாசம்.”

“ஆகஸ்டுல அவன் அத்தை போயிட்டாங்க. அதே எச்.ஐ.வி.லதான். அக்டோபர்ல பாட்டியும் போயிட்டாங்க. அதுக்கு வயசு காரணமா இருக்கலாம். அவங்களுக்கு எதுவும் நோய் நொடி கிடையாதாம். இவனே தனியா சமைச்சு சாப்பிட்டுட்டு இருந்திருக்கான்.”

“அடப் பாவமே! இப்ப என்ன பிரச்சினை கோவிந்த்?”

“‘பாடி’ போலீஸ் ஸ்டேஷன் வந்து மார்சுவரில வெச்சிருக்கோம்.”

“சொந்தக்காரங்க யாரும் இல்லையா?”

“ஏகப்பட்டச் சொந்தக்காரங்க திடீர்னு கிளம்பி வந்திருக்காங்க தீதி.”

“ஏதோ இப்பவாவது மனசு வந்துதே அவங்களுக்கு தகனக் க்ரியை பண்ணவாவது வரணும்னு சொல்லிட்டு.”

"தீதி, நீங்க எந்த உலகத்துல இருக்கீங்க? தகனம் செய்யவா அவங்க வராங்க? அவன் 'கோலி' சாவி வேணுமாம்."

"அந்த ரூம் அவங்க பாட்டியுதா?'

"ஆமாம் தீதி. எப்பவோ அவங்க தாத்தா வாங்கினது. 250 சதுர அடி 'கோலி'. இவன் அம்மா – அப்பா இறந்ததும் பால்கர்ல இருந்த வீட்டை வித்து இவனைப் பாட்டிதான் படிக்க வெச்சிருக்காங்க. இது ரொம்பப் பழைய கட்டடம். எல்லாம் ஒத்தை ரூம்தான். நாலு மாடி. நாப்பது 'கோலி' மொத்தம்."

"சரி. என்ன பண்ண முடியும்? சொந்தக்காரங்கன்னா கொடுக்கவேண்டிதானே வரும்?"

"அந்த கட்டடத்துலயே யாரும் அதை ஏத்துக்க மாட்டேங்கறாங்க. இவங்க ஒருத்தரும் இங்க மூஞ்சியக் கூட காட்டினது கிடையாதாம். அத்தை, பாட்டி ரெண்டு பேரும் இறந்தபோது கூட யாரும் வரலையாம்."

"கோவிந்த், நான் என்ன செய்யணும்?"

"இல்லை, உங்க பேர் இருந்ததால உங்களுக்கு ஏதாவது தெரிஞ்சிருக்கலாம்னுட்டுக் கூப்பிட்டேன். எங்களுக்குத் தெரிஞ்ச அளவுதான் உங்களுக்கும் தெரிஞ்சிருக்கு."

"அவன் வேலை பண்ணின ஹோட்டல்ல விசாரிச்சீங்களா?"

"விசாரிக்காம இருப்போமா?அவன் நல்ல பையன். நல்ல உழைப்பாளி. ஒரு கெட்ட வழக்கமும் கிடையாது. பாட்டி இறந்த பிறகு ஒரு மாதிரி ஆயிட்டான்னு சொல்றாங்க."

"கோவிந்த், இப்போ இந்த மைக்ரோப் ஸிக்னேசர் முறை வந்திருக்காமே தடயவியல்ல?"

ஷெல்கே உரத்துச் சிரித்தார்.

"அப் டு டேட் டிடக்டிவ்தான் நீங்க தீதி."

கடந்த ஆண்டு பெங்களூரில் மனித உடலின் நுண்ணுயிரிகள் விட்டுச் சென்ற தடயங்களை வைத்து ஒரு கொலைகாரனைக் கண்டுபிடிக்க முடிந்தது. உடலின் மரபணு தடயவியலில் பயன்படுவதைப்போலவே நம் கண்ணில் படாத நுண்ணுயிரிகளும் நாம் போகுமிடங்களில் நம் நகர்வுகளுக்கான தடயங்களை விட்டுச் செல்கின்றன. நுண்ணோக்கியால் உடலின் நாசித்துவாரம், தோல் முதலியவற்றிலிருந்து விழும் நுண்ணுயிரிகளை நோக்கி, அவற்றைத் திரட்ட முடியும். கோவிந்திடம் பெங்களூர் கொலை வழக்கு பற்றிச் சொன்னதும் அவர்களும் அது குறித்து யோசித்ததாகக்

கூறினார். ஆனால் இது கொலை வழக்கில்லை. இயற்கையான மரணம். அதனால் அது அல்ல அவர்கள் பிரச்சினை. அவன் ஒற்றை அறை வீட்டைத் தங்களுக்குத் தர வேண்டும் என்று கூறாத உறவினர் ஒருவரிடம் உடலை ஒப்படைக்க முடியுமா என்பதுதான் பிரச்சினை.

“கோவிந்த் ஒரு சின்ன வேண்டுகோள். நான் அவனை மார்சுவரியில் பார்க்க முடியுமா? எனக்கு அவன் ‘கோலி’ வேண்டாம். என்கிட்ட உடலை ஒப்படைப்பாங்களா?”

“நானே மார்சுவரி கூட்டிட்டு போறேன் தீதி அரைமணியில வாங்க கூப்பர் ஆஸ்பத்திரிக்கு. ஆனால் நீங்க உறவு இல்லை. அதனால உடலைத் தர முடியாது. இன்னும் சில நாட்கள் பாத்துட்டு தகனம் ஏற்பாடு பண்ணலாம். அப்ப நீங்க வந்து கலந்துக்கலாமே?”

“சரி கோவிந்த். ஒரு தடவைதான் அவனுடன் வேலை செஞ்சிருந்தாலும் மனசு கேக்கலை.”

“என்னால புரிஞ்சுக்க முடியுது தீதி. அவ்வளவு கபடமே இல்லாத முகம். ஆனால் அழுதிருக்கான் சாகும்போது. கன்னமெல்லாம் கண்ணீர் கோடு கோடா காஞ்சிருந்தது. நெஞ்சு வலியில அழுதிருக்கலாம் ஒரு வேளை. இல்லை, எதை நினைச்சு அழுதானோ அந்தப் பையன்? பாவம்.”

மனது கனத்தது உரையாடல் முடிந்ததும்.

❍ ❍ ❍

கூப்பர் ஆஸ்பத்திரியிலிருந்து திரும்பி வந்ததும் தானும் குளித்து ஸ்டெல்லாவையும் குளிக்கச் சொன்னாள் சுதா. ஸ்டெல்லாவின் இரண்டொரு உடைகள் வீட்டிலிருக்கும் மழைக்காலத் தேவைக்காக. சமயத்தில் சுதாவின் உடைகளையும் அணிவாள். அவளுக்குப் பொருந்தும்.

ஆஸ்பத்திரிக்கு ஷெல்கேயுடன் போனதும் உயர் அதிகாரியான டாக்டர் உதவி கிடைத்தது. அவருக்கு ஷெல்கேயுடன் பேச விஷயம் இருந்தது. “பாருங்கள் ஷெல்கே. இது பற்றி நீங்க சீக்கிரம் முடிவெடுக்கணும். ஒரு மார்சுவரில எத்தனைப் பிணங்களை வெச்சிருக்க முடியும்? யாரும் ‘பாடி’ய வாங்கலேன்னா நீங்கதான் எரிக்கணும். ஆஸ்பத்திரி எத்தனை பொறுப்புதான் எடுக்க முடியும்?” என்று பேசியபடி வந்தார். ஷெல்கே டாக்டரிடம், “கவலைப்படாதீங்க, இந்தப் பிரச்சினையைத் தீர்க்கப் பார்க்கலாம்” என்றார்.

அனிலின் உடல் இருந்த இழுப்பறையைத் திறந்ததும் மனம் துடித்தது. வெள்ளைத் துணியில் சுற்றப்பட்டு, மூக்கில் பஞ்சடைக்கப்பட்டுக் கண்மூடிக் கிடந்தான் பதினெட்டு வயது குழந்தைபோன்ற இளைஞன். நெற்றியைத் தடவித் தந்தாள் சுதா.

அரசு நடைமுறைச் சிக்கல்களில் அவன் உடல் என்ன ஆகப்போகிறதோ என்ற கவலையில், "கோவிந்த், போலீஸ் பொறுப்பு ஏத்துக்கறதுல என்ன சிக்கல்?" என்று கேட்டாள்.

"அதையேன் கேட்கறீங்க தீதி? ட்யூட்டி ஆபீசருக்கு உடலைத் தகனம் செய்ய இல்லாவிட்டால் புதைக்க 1500 ரூபாய் கிடைக்கும். அதுக்கான செலவு விவரங்கள் எல்லாம் போட்டு வவுச்சர் எல்லாம் இணைச்சு அனுப்பினால் அந்தப் பணம் அவனுக்கு வருவதற்குள் அவனுக்கே உயிர் போயிடும்."

அரசு நிர்வாகங்களுக்குப் பணச்சிட்டை அனுப்பியும் பணம் வராமல் தவித்த பலரை அவளுக்குத் தெரியும்.

"பின்ன என்னதான் ஆகும்?" என்றாள்.

ஷெல்கே பி.எம்.ஸியில் (மும்பாய் நகராட்சி நிறுவனம்) ஒரு பேரிடர் மேலாண்மைத் துறை இருப்பதாகவும் அதிலுள்ள ஒருவர்தான் இதை ஒரு சமூக சேவையாக 1980இலிருந்து செய்துவருவதாகவும் கூறினார்.

"அவரைத்தான் அணுகனும். பார்க்கலாம்."

இவர்கள் வருவதற்குள் செல்லம்மாள் சமைத்து முடித்திருந் தாள். இவர்கள் குளிப்பதை எல்லாம் பார்த்ததும், "என்ன விஷயம் சுதாம்மா?" என்று கேட்டாள்.

"தெரிஞ்ச ஒரு பையன் போயிட்டான், செல்லம்மா. சின்னப் பையன். 18 வயசுதான்."

"அடப் பாவமே" என்றபடி செல்லம்மாள் உணவை மேசையில் பரப்பி வைத்துவிட்டு உப்பு, ஊறுகாய், குடி நீர், கரண்டிகள், தட்டு இவைகளையும் வைத்துவிட்டுத் தனக்கான உணவை வழக்கம்போல் ஒரு சின்ன காரியரில் எடுத்துக்கொண்டு கிளம்பினாள்.

இதுவரை கோரப்படாத பல பிணங்களுடன் ஒரு பிணமாய்க் கிடந்த அனில் பவாரைப் பார்க்கப் போகும்போதும் பார்த்துவிட்டு வந்த பின்னும் வழக்கத்துக்கு மாறாக அமைதியாக இருந்தாள் ஸ்டெல்லா.

தான் கொண்டுவந்திருந்த டிபன் பெட்டியுடன் ஸ்டெல்லா சாப்பாட்டு மேசை நாற்காலியில் அமர்ந்து தன் உணவையும் மற்றவையுடன் வைத்ததும் சுதா அவளிடம் கேட்டாள்: "என்ன ஸ்டெல்லா, ரொம்ப அமைதியா ஆயிட்டியே? பேசவே இல்லையே? ஆஸ்பத்திரி எல்லாம் போனது மனத்துக்கு ஒரு மாதிரி ஆயிடுச்சா?"

"இல்லை சுதாம்மா. ஏதோ நெருடுது இதுல" என்றபடி தன் தட்டில் உணவைப் போட்டுக்கொண்டாள்.

"தால் எடுத்துக்க ஸ்டெல்லா. சரியா சாப்பிடு. ஆனந்தி இன்னும் பால் குடிக்குது இல்ல?" என்றுவிட்டு சுதாவும் தன் தட்டில் உணவைப் பரிமாறிக்கொண்டு சாப்பிட்டபடி, "என்ன நெருடுது ஸ்டெல்லா? அறைக்கு யாரும் வரலை. தனியா இருந்த பையன் பாவம் போயிட்டான். கொலை கிலையெல்லாம் இல்லை. அவனுக்கு ஆயுசு அவ்வளவுதான்."

"இல்லை சுதாம்மா. ஒரு சின்ன விஷயம் நான் உங்களுக்கு விவரமா சொல்லலை."

"சொல்லு."

"அனில் நமக்காக அந்தக் கேஸ்ல உதவினான் இல்ல போன வருஷம்? அவன் வேலை பார்க்கற ஹோட்டல் பாந்த்ராவுலதானே இருக்குது? அவன் ஒரு தடவை எதுக்கோ வீட்டுக்கு வந்திருந்தான். அப்பதான் ஆனந்தி பாப்பா பிறந்து ஆறு மாசம் போல ஆயிருந்திச்சு. அவன்கிட்ட அப்படி அது ஒட்டிக்கிச்சு. அவனும் எப்பவாவது வர ஆரம்பிச்சான். அவன் அத்தையும் பாட்டியும் இறந்தது பத்தி எனக்குத் தெரியும். பேச்சுவாக்குல உங்ககிட்ட கூடச் சொன்னேன். நீங்க கவனிக்காம இருந்திருப்பீங்க. வீட்டுக்கு வந்தா ஆனந்திப் பாப்பாவோட விளையாடுவான். வேலு இருந்தா பேசிட்டிருப்பான். இல்லைன்னா அவங்கம்மா இல்ல எங்க அப்பா அம்மாகிட்டப் பேசிக்கிட்டிருப்பான். ஒரு வாட்டி குழந்தையோட தன்னை ஒரு ஃபோட்டோ எடுக்கச் சொன்னான். என்னோட மொபைல்லதான் எடுத்தேன். இப்ப ரெண்டு வாரம் முன்னால அவன் பாட்டியோட சின்ன ஃபோட்டோ ஒண்ணு கொண்டுவந்து, "தீதி, இதைப் பெரிசு பண்ணித் தர முடியுமா?"ன்னுட்டுக் கேட்டான். அவனே ஒரு ஸ்டூடியோல குடுத்துப் பண்ணியிருக்கலாம். ஏதோ என்கிட்ட வந்தான். "சரி, பண்ணித் தரேன்"னுட்டுச் சொன்னேன். என் மொபைல்ல அவன் ஆனந்திப் பாப்பாவோட இருந்த ஃபோட்டோவையும் அவன் பாட்டி ஃபோட்டோவையும் சேர்த்தே குடுத்தேன். வேலுதான் ஸ்டூடியோல குடுத்து சட்டம் போட்டுக் கொண்டுட்டு வந்துது.

அதை வாசல் மேசையில அப்படியே திறந்து வெச்சிருந்தேன் அனில் வந்தா பார்த்து அவனே எடுத்துக்கட்டும் நான் இல்லையின்னானுட்டு ...”

“ஹூம். அந்த ஃபோட்டோவை இப்ப யார்கிட்டத் தர முடியும்? உள்ள வெச்சிடு ஸ்டெல்லா.”

“சுதாம்மா, அங்கதான் சிக்கல். ஃபோட்டோ காணாமப் போயிடுச்சு.”

“எப்படி ஸ்டெல்லா? இது யாருக்கு எப்படி உதவும்?”

“அதுதான் தெரியல.”

சாப்பிட்டு முடித்ததும் இருவரும் மேசையை ஒழித்து வைத்துவிட்டு வேலை செய்யுமிடத்துக்கு வந்தனர்.

“ஸ்டெல்லா, அந்த மாரிஷியஸ் ரிப்போர்ட்டை இப்போ பத்து நிமிஷத்துல படிச்சிடறேன். அனுப்பிடலாம்.”

ஏதோ நினைவாகத் தலையாட்டினாள் ஸ்டெல்லா.

திடீரென்று, “சுதாம்மா, நான் சொல்றது கொஞ்சம் அசட்டுத்தனமா படலாம். ஆனால் யோசிச்சுப் பார்த்தா வெளியாளுங்க யாருமே வீட்டுக்கு வரலை இப்போ கொஞ்ச நாளா. ஆனால் ரெண்டு நாள் முன்னால வீட்டுல குழந்தை இருக்குன்னு கேள்விப்பட்டு ரெண்டு ஹிஜ்டா வந்தாங்க. சாதாரணமா குழந்தை பிறந்தவுடனேயே வருவாங்க இல்ல, ஆசிர்வாதம் பண்ணிட்டுப் பணம் வாங்கிட்டுப் போக? அப்பல்லாம் வரலை. இப்ப என்னவோ யாரோ சொல்லியிருப்பாங்களோ என்னவோ? ஆனந்திப் பாப்பாவைத் தலையில கை வெச்சு ஆசிர்வாதம் பண்ணிட்டு அங்கயே வாசல் வராந்தாவுலயே உட்கார்ந்து ரெண்டு பாட்டுப் பாடினாங்க. நான் பாப்பாவை உள்ள கொண்டுபோய் விட்டுட்டுப் பணம் கொண்டுவந்து தந்தேன். அதுக்குப் பெறகு ராத்திரி பார்த்தபோதுதான் ஃபோட்டோ மேசையில இல்ல.”

“துளிக்கூடச் சம்பந்தமே இல்லையே ஸ்டெல்லா? எப்படி இதை முடிச்சுப்போடுறே? அவங்க சாமானைத் திருடலாம். பர்ஸைத் திருடலாம். சாதாரணமா அவங்க அப்படிச் செய்யறதும் கிடையாது. அப்படித் திருடினாங்கன்னே வெச்சுகிட்டாலும் இந்த ஃபோட்டோவால அவங்களுக்கு என்ன உபயோகம்?”

“இருந்தாலும்...”

“குழம்பிப் போயிருக்கே நீ...”

அன்று மாலை வரை அதே மனநிலையில் இருந்தாள் ஸ்டெல்லா. வேலு வந்ததும் அனில் மரணம் பற்றிக் கூறியதும் அவனும் அதிர்ச்சியடைந்தான்.

○ ○ ○

இரவில்தான் தோன்றியது ரூபாலியைக் கூப்பிட்டுப் பேசலாம் என்று. வித்யாசாகர் ராவ்தேயிடம் பேசினாள். "எந்த யூகமும் தொடர வேண்டியதுதான் அது நழுவிப்போகும் முன்" என்றார். ரூபாலி அரவாணி. அறுவைச் சிகிச்சை செய்துகொண்ட அரவாணி. உத்தரப் பிரதேசத்தைச் சேர்ந்தவள். சுதாவின் தோழி ஒருத்தி நடத்தும் குழந்தைகள் காப்பகத்தில் வேலை செய்பவள். கடை கடையாக ஏறிப் பிச்சை எடுத்தும் பாலியல் தொழில் செய்தும் மனம் நொந்து பிறகு ஹிஜடாக்களுக்கு ஆணுறைகளை வினியோகித்து எச்.ஐ.வி பற்றி அவங்களுக்குப் போதனை செய்யும் தன்னார்வத் தொண்டு நிறுவனத்தில் பணியாற்றிச் சலித்துப்போய் ('மௌஸி, ஆணுறைன்னாலே குமட்டிக்கொண்டு வருகிறது. எங்களுக்கு வேற வேலை கிடையாதா?' என்பாள்) முடிவில் சுதாவின் தோழியின் குழந்தைகள் காப்பகத்தில் பணியாற்றத் தொடங்கினாள். தனிப்பட்ட முறையில் மெட்ரிக் எழுதித் தேர்ச்சி பெற்று, தொலைதூர அஞ்சல் வழிக் கல்வி மூலம் இளங்கலைப் படிப்புப் படித்துக்கொண்டிருந்தாள். அவர்கள் சமூகத்தில் அவளுக்கு நல்ல பெயருண்டு. அந்தச் சமூகத்தில் அவளுக்கோர் அம்மாவும் உண்டு. அந்த உறவுகளை இன்னும் விடாமல் பேணி வருபவள். பஹுசார் மாதாவிடம் அதிகப் பக்தி உள்ளவள்.

அவளைக் கூப்பிட்டதும் உற்சாகமாகப் பேசினாள். "மௌஸி, இங்க்லீஷ் டெஸ்ட்ல நல்ல மார்க் வாங்கினேன். மௌஸி, நாளைக்கு நான் வக்கீலுக்குப் படிச்சு முதல் ஹிஜடா ஜட்ஜா வந்தா ஆச்சரியப்படாதீங்க" என்றாள்.

"நான் ஆச்சரியமே படமாட்டேன், ரூபாலி" என்றுவிட்டு, "சின்ன வேலை ஒண்ணு ஆகணுமே ரூபாலி" என்றாள்.

"சொல்லுங்க மௌஸி."

"ரெண்டு நாள் முன்னால யராவது ஹிஜடா பாந்த்ரா பக்கம் போனாங்களா? நீங்க இந்த இடத்துக்கு இந்த நாள்னுட்டு முறை வெச்சுத்தானே போவீங்க? அந்தப் பக்கம் போனவங்க யாருன்னுட்டுக் கண்டுபிடிக்க முடியுமா? குழந்தையை ஆசிர்வாதம் பண்ணப் போயிருக்காங்க. நீங்க பெரிய சமூகம்னு தெரியும். இருந்தாலும் கண்டுபிடிக்க முடிஞ்சா நல்லா இருக்கும்."

"அம்மாகிட்டக் கேட்டுச் சொல்றேன் மௌஸி. கொஞ்ச நாழில கூப்பிடுறேன்."

"தாங்க்ஸ் ரூபாலி."

"யூ ஆர் வெல்கம்" என்று ஆங்கிலத்தில் ஸ்பஷ்டமாகக் கூறிவிட்டுச் சிரித்தாள் ரூபாலி.

இரண்டு மணி நேரத்துக்குப் பின் சுதா உறங்கச் செல்லும் முன் ரூபாலியின் அழைப்பு வந்தது.

"மௌஸி, ரெண்டு நாளைக்கு முன்னால பாந்த்ராவுக்கு கடையில பிச்சை கேட்கச் சிலபேர் போயிருக்காங்க. ஆனால் குழந்தை இருக்கும் வீட்டுக்குப் போனவங்க ரெண்டுபேர்தான். ஷாலினியும் பஹினாபாயி விட்டலும்தான். ஷாலினி சின்னப் பொண்ணு. 18 வயசு. பஹினாபாயிக்கு நாப்பது வயசு இருக்கும்."

"அவங்களை நான் சந்திக்க முடியுமா ரூபாலி?"

"கேட்டுப் பார்க்கறேன் மௌஸி. ஏதாவது பிரச்சினையா மௌஸி?"

"பிரச்சினையா இல்லையான்னுட்டுத் தெரியலை ரூபாலி. அவங்களைப் பார்த்தாதான் தெரியும். அவங்க ஒத்துப்பாங்களா?"

"கேட்கறேன். உங்க வீட்டுக்குக் கூட்டிவரவா?"

"இல்லை. நானே அவங்க இருக்கற இடத்துக்கு வர முடியுமா?"

"மௌஸி, அவங்க ஒப்புத்துக்கிட்டா அவங்களை நான் இங்கே ஹோமுக்கு வரச் சொல்றேன். அவங்க வசிக்கிற இடத்துக்கு வரதை அவங்க விரும்புவாங்களோ மாட்டாங்களோ?"

"சரி ரூபாலி, காலையில சொல்றியா?"

"நிச்சயமா. குட் நைட் மௌஸி."

"குட் நைட்."

❍ ❍ ❍

ரூபாலி வேலை செய்யும் குழந்தைகள் காப்பகத்துக்கு ஸ்டெல்லா வுடன் மறுநாள் போனபோது ஷாலினியும் பஹினாபாயி விட்டலும் வந்து காத்துக்கொண்டிருந்தார்கள். இருவருமே சற்றுப் பதற்றத்துடன் இருந்ததுபோல் பட்டது சுதாவுக்கு.

ரூபாலி ஓரமாக இருந்த ஓர் அறையில் அவர்களை அமரவைத்தாள். சுதாவின் தோழி கலாவதி பாவ்டேயும் அவர்களுடன் வந்து அமர்ந்துகொண்டாள். சற்று இறுக்கமான

சூழ்நிலை இருந்ததால் ரூபாலியைச் சாய் கொண்டுவரச் சொன்னாள். சாயும் அருகே இருந்த நடைபாதைக் கடையிலிருந்து சூடாக வெங்காய பஜ்ஜியும் வாங்கிவந்தாள் ரூபாலி.

ஸ்டெல்லா அவர்கள் இருவரையும் பார்த்து மெல்ல, "என் வீட்டுக்கு வந்தீங்களே, ஞாபகம் இருக்குதா?" என்று கேட்டாள் மராட்டியில்.

ஊதி ஊதிச் சாய் குடித்துக்கொண்டிருந்த இருவரும் ஒருவரையொருவர் பார்த்துக்கொண்டனர்.

"ஹோ" என்று ஆமோதித்தனர்.

"மேசை மேல ரெண்டு ஃபோட்டோ இருந்ததே அதை எடுத்தீங்களா?" என்று நேரடியாகவே கேட்டாள்.

ஷாலினி வெடித்தாள். "அதைக் கேட்கத்தான் வரச் சொன்னீங்களா? தீதி, ஹிஜ்டாக்கள் பிச்சை எடுப்பாங்க. பாட்டுப்பாடி பணம் வாங்குவாங்க. திருட மாட்டாங்க. ஹம் சோர் நஹி ஹை" என்று ஹிந்தியில் படபடவென்று பேசினாள்.

"கப் பஸா" என்று அவளைச் சும்மா இருக்கும்படி கூறிவிட்டு பஹினாபாயி விட்டல் தணிந்த குரலில் பேச ஆரம்பித்தாள். "பேட்டீ, அந்தச் சட்டம் ரொம்ப அழகா இருந்தது. பஹுசார் மாதா படமும் எல்லம்மா படமும் போட்டு வெக்கலாம்னுட்டு நான்தான் எடுத்தேன். மன்னிச்சுடுங்க" என்று கைகூப்பினாள்.

ரூபாலியும் ஷாலினியும் அவளை வெறித்துப் பார்த்தார்கள் ஆச்சரியத்துடன்.

"என்ன இது பஹினா தாயீ? இப்படிச் செய்யலாமா? இப்படி நீங்க செய்வீங்கன்னுட்டு நம்ப முடியலை. எங்களுக்கெல்லாம் தாயி நீங்க. எங்க அக்கா. ரொம்பக் கஷ்டமா இருக்கு. அதைத் திருப்பிக் கொடுத்துடுங்க. கொண்டுவந்திருக்கீங்களா?" என்றாள் ரூபாலி. கலாவதியும் சற்று மென்மையாக ஆனால் கண்டிப்புடன் திருப்பித் தரும்படிக் கூறினாள்.

இதை எதிர்பார்த்ததுபோல் தான் கொண்டுவந்திருந்த பையிலிருந்து இரு சட்டங்களை வெளியே எடுத்து ஸ்டெல்லா விடம் நீட்டினாள் பஹினா "மாஃப் கரா" என்று சொல்லியபடி.

வெறும் சட்டங்கள்.

"ஃபோட்டோ எங்க?" என்றால் ஸ்டெல்லா.

"அது எனக்கு வேண்டாம்னுட்டுக் கிழிச்சுப் போட்டுட்டேன்" என்றாள் பஹினா ஈனஸ்வரத்தில்.

ஸ்டெல்லாவின் விழிகள் நிரம்பின. அவள் அவ்வளவு உணர்ச்சிவசப்பட்டு சுதா பார்த்ததில்லை. அவள் கையை மெல்ல அழுத்தினாள்.

அந்தச் சட்டங்களை பஹினாவிடமே திருப்பித் தந்தாள் ஸ்டெல்லா. "நீங்களே வெச்சுக்குங்க" என்று கூறிவிட்டு எழுந்தாள்.

"வாங்க சுதாம்மா, கிளம்பலாம்" என்றுவிட்டு விடுவிடுவென்று வெளியே போனாள்.

O O O

அன்று வேலை செய்யும் மனநிலை இல்லை என்று கூறிவிட்டு ஸ்டெல்லா போய்விட்டாள். சுதா உட்கார்ந்துகொண்டு கணினியில் அனில் பவார் என்று புதிய கோப்பை உருவாக்கினாள். அனிலின் வாழ்க்கையை ஒவ்வோர் அம்சமாக எழுத ஆரம்பித்தாள்:

அனில் பவார்: வயது 18

பாட்டியிடம் இருக்க வந்தது: 5 வயது

ஐந்து வயதுக்கு முன்: 1. பெற்றோர் மரணம். காரணம் எச்.ஐ.வி.

2. அண்ணன் மரணம்: காரணம்: எச்.ஐ.வி

எழும் கேள்விகள்: 1. யார் முதலில் இறந்தது அவன் அம்மாவா அப்பாவா அண்ணனா?

2. அவன் அண்ணனும் எச்.ஐ.வியில் இறந்தான் என்றால் அனிலுக்கும் எச்.ஐ.வி இருந்ததா? இல்லையென்றால் ஏன் இல்லை? உறவினர்கள் ஏன் ஒதுக்கினார்கள் பாட்டியையும் அத்தையையும் அவனையும்?

3. அத்தை இறந்ததும் எச்.ஐ.வியினால் என்றால் பாட்டிக்கு எப்படி இல்லாமல் போயிற்று? திருமணம் கூட ஆகாத அத்தைக்கு எப்படி எச்.ஐ.வி வந்தது? அத்தை பெயர் என்ன? அவள் ஏதாவது வேலை செய்துகொண்டிருந்தாளா? என்ன வேலை?

கேள்விகளை எல்லாம் எழுதிவிட்டு நினைத்தாள். இதனால் என்ன பயன்? அங்கே உடல் ஒன்று சவக்கிடங்கில் கிடக்கிறது. எந்த முடிச்சுகளை அவிழ்க்க இந்தக் கேள்விகள்? அவள் கேள்விகளுக்குப் பதில் கிடைக்கலாம். அந்த வெள்ளை மனசுப் பிள்ளையின் உடலை என்ன செய்வது?

கோப்பை மூடினாள்.

செல்லம்மாள் அவள் செயல்களைக் கவனித்தபடி சமைத்து முடித்தாள்.

“என்ன சுதாம்மா? முகமெல்லாம் வாடியிருக்குதே? ஸ்டெல்லா வேற போயிடுச்சே? என்ன விஷயம்?”

“எல்லாம் அந்தப் பையனைப் பத்திச் சொன்னனே? அதுதான் செல்லம்மா.”

“அடப் பாவமே!”

உணவை மேசையில் வைத்துவிட்டுக் கிளம்பினாள் செல்லம்மாள்.

சாப்பிடப் பிடிக்கவில்லை. பல கேள்விப் பாதைகள் பிரிந்தன மனத்தினுள் அனில் பவாரின் வாழ்க்கையையும் மரணத்தையும் நினைக்கும்போது. எல்லாமே முட்டுச்சந்தில் போய் நின்றன.

கோவிந்த் ஷெல்கே எல்லாவற்றையும் சரியாகச் செய்பவர். அவருக்கு வராத சந்தேகங்கள் இவளுக்கு ஏன் வர வேண்டும்? இவள் வழக்குகளின் நெளிவு சுளிவுகளை விடுத்து அதன் நேர்ப்பு என்று அவள் புரிந்துகொள்வதை வைத்துச் செயல்படுகிறாளா?

மத்தியான நேரம். வித்யாசாகர் ராவ்தே சாப்பிட்டுவிட்டு ஒரு குட்டித் தூக்கம் போடும் நேரம். தொந்தரவு செய்யலாமா என்று யோசித்தாள். தாங்க முடியாமல் அவரைக் கூப்பிட்டாள். சிறிது ஒலித்தபின் அழைப்பு ஏற்கப்பட்டது.

“சுதா, காய் ஸால? கிழவன் தூக்கத்தைக் கெடுக்கலாமா?” என்றார் ராவ்தே.

“ஸாரி குருஜி. மனசே சரியில்லை.”

“ஏதாவது வழக்குல குழப்பமா?”

“இல்லை. வழக்கே இல்லை. வேறு மாதிரி குழப்பம்.”

“சரி, சொல்லு” என்றார் கோபமே இல்லாமல்.

சுதா விளக்கினாள்.

“சரி, இதுல ஒரு குழப்பமும் எனக்குத் தெரியலை. சரி. இத்தனை விவரங்களும் உனக்கு எப்படித் தெரியும்?”

“அவன் போன வருஷம் அப்பா அம்மா அண்ணன் பற்றின சில விவரங்களை வழக்கமா டாசியர் தயார் செய்வோமே அதுக்காகச் சொல்லியிருந்தான். மற்றபடி அக்கம் பக்கத்துல இருக்கறவங்க ஷெல்கேக்கு சொல்லித்தான் தெரியும். வேறு எப்படித் தெரியும்?”

“அனிலுக்கும் அவங்களுக்கும் சொன்னது யாரு?”

கொஞ்சம் யோசித்தாள். "பாட்டிதான் சொல்லியிருக்க வேண்டும்."

"பாட்டி இப்ப இருக்காங்களா?"

"இல்லை."

"அவங்க குடும்பத்துல ரகசியமா மறைச்சு வைக்கவேண்டிய விஷயத்தை ஏன் அப்படி பில்டிங்ல எல்லாருக்குமே தெரியற மாதிரி சொல்லியிருக்காங்க?"

சுதா மௌனமாக இருந்தாள்.

"அதுதான் முக்கியமான கேள்வி. சொந்த பந்தம் எல்லாரையும் தூரவே வைக்கணும் என்றால் நானும் அப்படித்தான் சொல்வேன். நிஜமாவே மறைக்க வேண்டிய ரகசியம் வேறாக இருக்கலாம்."

"இதுக்குத்தான் உங்களோட பேசக் கூடாது குருஜி."

"ஏன்? தூக்கத்தையும் கெடுத்த பிறகு திட்டு வேறயா?"

"பின்ன? ஏற்கனவே குழப்பம். இதுல செத்துப்போன பாட்டி ஒருத்திதான் பதில் சொல்லக்கூடிய கேள்வியைக் கேட்கறீங்க."

"செத்துப் போனவங்க பேச முடியாது. பால்கர்ல இருக்கறவங்க பேசலாம், இல்லையா?"

"பேசலாம். ஆனால் அந்த ரகசியம் தெரிந்து என்ன ஆகப்போகிறது? இங்க ஒரு குழந்தைப் பையனோட உடல் மார்சுவரில கிடக்கிறது" என்றாள் சற்றுக் கோபத்துடன்.

"ஒண்ணு சொல்லவா சுதா? கோபமும் அலுப்பும் வந்தால் மேலே போகும் வழி அடைபட்டுடும். இப்பவே பால்கர் போகிறேன்னு கிளம்பாதே. என் நெருங்கிய சிநேகிதன் ஒருத்தன் – என்னை மாதிரி மத்தியானம் தூங்குகிற கிழவன்னு வெச்சுக்கயேன் – பால்கர்ல இருக்கான். அவன் ஊர் அது. எல்லா விவரமும் அவனுக்குத் தெரிஞ்சிருக்கும் ஒருவேளை."

"அவர் நம்பர் தாங்களேன்"

"நில்லு. கான்ஃபிரன்ஸ் 'கால்' போட்டுட்டு உன்னைக் கூப்பிடறேன். அதுக்குள்ள நீ சாப்பிடு. செல்லம்மா நல்லா சமைச்சு வெச்சிருப்பாங்க. என்ன சமையல் இன்னிக்கு?"

மேசையில் வைத்திருந்ததைத் திறந்து பார்த்தாள்.

"பீண்டி மசாலா. பரோட்டா. ராய்தா" என்றாள்.

"குட். அதைச் சாப்பிடு. நான் கூப்பிடறேன்."

அவள் மனம் சமநிலைக்கு வரத்தான் இத்தனைப் பேச்சும் என்று அவளுக்குத் தெரியும். வித்யாசாகர் ராவ்தேயின் வழக்கமான செயல்முறை அது. ஒரு முறை இவர் தொடர்ந்த கேள்விகளால் கோபமுற்ற ஒருவர், "நீங்க உப்பு போட்டுத்தான் சாப்பிடுறீங்களா?" என்று கேட்கும் அளவுக்கு இறங்கிவிட்டார் சண்டைபோட. ராவ்தே துளிக்கூட கோபமடையவில்லை. "என் டாக்டர் உப்பே கூடாது என்கிறார். ப்ரெஷர், டயபடீஸ் தொல்லை இருக்கு. அதையேன் கேட்கறீங்க? உப்பில்லாமல் சாப்பிடுவது மகா தொல்லை" என்று விளக்க ஆரம்பித்தார்.

சுதா சாப்பாட்டு மேசை நாற்காலியில் அமர்ந்து சாப்பிட ஆரம்பித்தாள். வெண்டைக்காய் மசாலாவில் அளவாகக் கரம் மசாலா சேர்க்கப்பட்டிருந்தது. லவங்கப்பட்டையின் மணமும் ருசியும் நேரடியாகத் தெரியாமல் மெல்ல மறைமுகமாய் நாக்கையும் நாசியையும் வருடிப்போயிற்று. செல்லம்மாளைப்போல அவள் சமையலும் மிதமும் குணமும் கொண்டது.

கை கழுவும்போதே கைபேசி ஒலித்தது. ஓடிப்போய் எடுத்தாள். ராவ்தே தன் நண்பரை அறிமுகப்படுத்தினார். அவரிடம் ஏற்கனவே விஷயத்தைச் சொல்லியிருப்பார் போலும். அவர் முதலில் பால்கர் தாலுகாவிலும் மாவட்டத்திலும் எச்.ஐ.வி கடந்த சில ஆண்டுகளாகவே பரவி வருவதையும் அது குறித்த அறிவை ஊட்டும் முயற்சிகளையும் சிகிச்சை முறைகளை விளக்கும் திட்டங்களையும் எப்படி அரசு தீவிரமாகச் செய்கிறது என்று ஒரு பேருரை செய்ய ஆரம்பித்தார்.

ராவ்தே பொறுமையாகக் கேட்டுவிட்டுத் தான் கேட்ட தகவல்கள் குறித்து விசாரித்தார். அந்தக் குடும்பம் பற்றி முழு விவரமும் தெரியாதென்றும் ஆனால் அனிலின் தந்தை பால்கரில் இறக்கவில்லையென்றும் தனக்கு எச்.ஐ.வி பாதிப்பு இருப்பதால் தற்கொலை செய்துகொள்வதாய்க் கடிதம் எழுதிவிட்டுத் தலைமறைவாகப் போய்விட்டான் என்றும் கடிதத்தைப் பார்த்தது அவன் தாயார் என்றும் சொன்னார். அவன் தாயார் இறந்துபோன மருமகள்தான் எச்.ஐ.வியைப் பரப்பினாள், மூத்த பேரன் இறந்ததற்கும் இப்போது தன் மகன் தற்கொலை செய்துகொள்ளவும் அவள்தான் காரணம் என்று கூறி பால்கரில் அந்தக் குடும்பமே எச்.ஐ.வியால் தாக்கப்பட்ட குடும்பம் என்ற செய்தி பரவியது என்றும் அதனால்தான் அது நினைவிலிருக்கிறது என்றும் கூறினார்.

"மருமகளுக்கு எச்.ஐ.வி இருந்ததா?"

"யாருக்குத் தெரியும்? கிழவி சொன்னதுதான். எச்.ஐ.வி என்றால் பயப்பட வேண்டியதில்லை என்றெல்லாம் சுகாதாரத்

துறையினர் அறிவியல் பிரசாரம் செய்துகொண்டிருந்தது அப்போது. இப்போதும் செய்கிறது. இந்த மாதிரி படிப்பில்லாதவர்கள் வந்து பயமுறுத்திவிட்டு, பீதியைக் கிளப்பிவிட்டுவிடுவார்கள்."

"எதற்காக அப்படிப் பயமுறுத்தணும்? அதுல கிழவிக்கு என்ன லாபம்?" என்று கேட்டாள் சுதா.

"யாருக்குத் தெரியும்? பெண்கள் மனசு யாருக்குப் புரியும்?"

சுதா உடனேயே இது போகாத ஊருக்கு வழி என்று புரிந்துகொண்டாள்.

"தன்யவாத் ஸாஹேப்" என்று தன்பக்க உரையாடலை முடித்துக்கொண்டாள்.

வித்யாசாகர் ராவ்தே மூன்று – வழி உரையாடலை முடித்துவிட்டு அவளிடம் பேசினார்.

"பெண் மனசு யாருக்குத் தெரியும்?" என்றுவிட்டு உரக்கச் சிரித்தார்.

"குருஜீ..." என்று சத்தம்போட்டாள்.

"சரி சரி. அந்தப் பாட்டியின் மனசு அவனுக்குப் புரியலை. உனக்குமா புரியலை?" என்று கேட்டார்.

"அவள் மருமகளை அவளுக்குப் பிடிக்கலை. பிள்ளையின் தற்கொலைக்கு அவளைக் காரணம் காட்டினது அவள் வெறுப்பைத்தானே காட்டுறது?"

"சுதா குப்தா, எவ்வளவு தடவை உனக்குச் சொல்லியிருக்கேன், மனோதத்துவம் தெரியாமல் துப்பறிவது சாத்தியமில்லை என்று?" என்று சற்றுக் கடுமையான குரலில் கூறினார்.

"மத்தியானத் தூக்கம் கலைஞ்சால் வந்திடுமே கோபம்?" என்று முணுமுணுத்தாள்.

"ஏய், கேக்குது எனக்கு. காது இன்னும் செவிடாகலை. சுதா, யோசி. தற்கொலைக் கடிதத்தைப் பார்த்தது யாரு?"

"அவங்கம்மாதான்."

"அவங்களுக்குத்தான் தெரியும் கடிதத்துல என்ன எழுதியிருந்ததுன்னுட்டு, இல்லையா?"

"ஆமாம்."

"அதைச் சொல்லி விளம்பரப்படுத்த வேண்டிய அவசியம் என்ன? சம்பந்தப்பட்ட மூணு பேர் இல்லைன்னுட்டு ஆன பிறகு இதை விளம்பரப்படுத்தவேண்டிய அவசியம் என்ன?"

“மருமகள் மேல இருந்த கோபத்துல...”

“இல்லை சுதா. மருமகள் இறந்தபோதோ, மூத்த பேரன் இறந்தபோதோ இவங்க அதைச் செய்யலை. எஞ்சியிருக்கற ஒரே பேரனைச் சொந்தக்காரங்க எப்போதுமே அணுககூடாது; அவன் பக்கமே வரக்கூடாதுன்னுட்டு நினைக்கிறாங்க. இந்த எச்.ஐ.வி பீதியைக் கிளப்பிவிட்டால்தான் அது நடக்கும். இந்தப் பேரனுக்கும் எச்.ஐ.வி வைரஸ் ரத்தத்துல இருக்கலாம்னுட்டு ஒரு சந்தேகத்தை உருவாக்கறாங்க. எச்.ஐ.வி உள்ள தாயாரிடமிருந்து வயிற்றுப்பிள்ளைக்கு வராமல் தடுக்க பல மருத்துவ முறை இப்போ இருக்கு. 18 வருஷத்துக்கு முன்னால அது இருந்துதா, இருந்தாலும் ஒரு சாதாரண தாழ்த்தப்பட்ட சாதியைச் சேர்ந்த குடும்பத்துக்கு அது போய்ச் சேர்ந்ததான்னுட்டுத் தெரியாது. இந்தப் பையனை மும்பாய்க்குக் கூட்டி வந்து படிக்க வைக்கிறாங்க. எச்.ஐ.வில இறந்துபோன அப்பா, அம்மா, அண்ணன் பற்றி அவன் கேட்க முடியாது. காரணம் அஞ்சு வயசுல அரசல் புரசலா புரிந்தது மறந்துபோயிடும். சொந்தக்காரங்களும் அவனை நெருங்கமாட்டாங்க. இதுல என்ன புரியுது?”

“அவனை எல்லார் கிட்டயிருந்தும் விலக்கித் தனியா சுதந்திரமா வாழவைக்க முயற்சி பண்ணியிருக்காங்க.”

“அதுக்கு எது சரியான காரணம்னு கண்டுபிடிக்கச் சாத்தியமில்லை. அவங்க இல்லை.”

“அப்ப இவ்வளவு நீங்க விளக்கினது வீண்தானா? எங்கேயுமே திரும்பமுடியாத முட்டுச்சந்துதானா இதுவும்”

“இல்லை. இது சிடுக்கா இருக்கும் நூல்கண்டின் சின்ன இழை. அதை இழுத்துப் பாரு. என்ன கேள்வி மனசுல முதல்ல வருது?”

“அனிலின் அப்பா தற்கொலைக்காகத் தலைமறைவானான். அவன் எங்க இறந்தான்? அவன் உடல் கிடைச்சுதா?”

“குட். இழையை இன்னும் கொஞ்சம் இழு. அவன் இறந்தானா?”

கேள்வி சுதாவை வந்து அடித்தது.

“சரி, இந்தக் கிழவனை மத்தியானத் தூக்கம் தூங்கவிடு. ஏற்கனவே முப்பது நிமிடம் வீணாகிவிட்டது.” ராவ்தே இணைப்பைத் துண்டித்துவிட்டார்.

○ ○ ○

பால்கர் மேற்குரயில் வழியில் இருக்கும் இடம். ஒன்றரை மணி நேரத்தில் அதை எட்டிவிடலாம் ரயிலில். மற்ற விவரங்களை வலைவெளியில் தேடத் துவங்கினாள். பால்கர் பெரிய மாவட்டம். டாணே மாவட்டத்திலிருந்து பிரித்தெடுக்கப்பட்ட 36வது மாவட்டமாக 2014இல் உருவாக்கப்பட்டது. பால்கர் அதன் தலைநகரம். அனிலின் ஐந்தாவது வயதில் என்றால் 2005ம் ஆண்டு. அப்போது பால்கர் டாணே மாவட்டத்தின் ஒரு முக்கியமான சிறு நகரம். அப்போது அங்கிருந்து தினசரி ஏதாவது வெளிவந்ததா என்று தெரியவில்லை. லடாய் நியாயாஸாட்டி (நியாயத்துக்கான போராட்டம்) தினசரி இப்போது ஆறு வருடங்களாகத்தான் பால்கரிலிருந்து வெளிவருகிறது.

கோவிந்த் ஷெல்கேயின் எண்ணைத் தொட்டாள் கைபேசியில். வேலை மும்முரம் போலும். பிறகு கூப்பிடுகிறேன் என்று தகவல் வந்தது. பிறகு கூப்பிட்டார்.

"கோவிந்த், ஸாரி. தொந்தரவு செய்துவிட்டேனா?"

"இல்லை தீதி. வேலை அதிகம். பேப்பர்ல பாத்திருப்பீங்களே? 100% கேஸ்களைத் தீர்த்திருக்கு கொராய் போலீஸ் ஸ்டேஷன். நாங்களும் 100% முடிக்க வேண்டாமா?"

"கோவிந்த், அனில் பவார் பற்றி..."

"சொல்லுங்க தீதி. இன்னும் ரெண்டு நாள் பாத்துட்டு அந்த பி.எம்.ஸி சமூக சேவகரைத்தான் அணுகணும்."

சுதா தான் அனில் பவார் பற்றி நிறைய யோசித்ததாகக் கூறிவிட்டு, "கோவிந்த், சில கேள்விகள் கேட்கலாமா?" என்றாள்.

"ஷூட் தீதி" என்றார் ஷெல்கே.

"கோவிந்த், ஒருத்தர் தற்கொலை பண்ணிட்டா போலீஸ் தரவுகள்ல அது இருக்கும் இல்லையா?"

"நிச்சயமா இருக்கும். ஆனால் எந்த இடத்துல இறந்தாரோ அங்க இருக்கும் போலீஸ் ஸ்டேஷன்லதான் இருக்கும்."

"அனில் வீட்டிலிருந்து ஏதாவது கிடைச்சுதா கோவிந்த்?"

"கிடைச்சிருக்கு. ஸ்கேன் செய்து என் கம்ப்யூடருக்கு வந்தது நேற்று உங்ககிட்டப் பேசின பிறகு."

"கோவிந்த், ப்ளீஸ், நான் இதுல தலையிடறேன்னுட்டு நினைக்காதீங்க. என்ன மாதிரி டாகுமெண்ட்ஸ் அது?"

"வழக்கமானதுதான். ஆதார் அட்டை, பர்த் சர்டிபிகேட், ஸ்கூல் சர்டிபிகேட் இப்படி. அப்புறம் அத்தை பாட்டியுடைய

டெத் சர்டிபிகேட், அனில் அம்மா அண்ணன் சம்பந்தப்பட்ட காகிதங்கள், அவங்க டெத் சர்ட்டிபிகேட் இப்படி . . . இதுக்கும் இப்ப நமக்கிருக்கும் பிரச்சினைக்கும் ஒரு சம்பந்தமுமில்லை தீதி." குரலில் பொறுமையின்மை தெரிந்தது.

"தெரியும் கோவிந்த். ப்ளீஸ். அந்த அத்தை, அனில் அம்மா, அண்ணா அப்பா டெத் சர்டிபிகேட் இப்ப உங்க கம்ப்யூடர்ல இருந்தா பார்க்க முடியுமா?"

கோவிந்த் ஓரிரு நிமிடங்கள் கழித்து, "உங்க குருஜிகிட்டப் பேசினீங்களா என்ன? அந்த ஷெர்லாக் ஹோம்ஸ் உங்களைக் குழப்பி இப்ப நீங்க என்னை வேலை வாங்கறீங்க. சொல்லுங்க. கம்ப்யூடர்ல இருக்கு இப்ப."

"அனில் அப்பாது இருக்கா?"

"இல்லை. அது தொலைஞ்சு போயிருக்கலாம் . . . நில்லுங்க. அத்தை பெயர் சுனிதா. சாவுக்குக் காரணம் கர்ப்பப்பையில கட்டி. அம்மா பெயர் மங்களா. டி.பியில இறந்திருக்காங்க. அண்ணன் சுதாகர். முற்றின அபெண்டிஸைடிஸ். அப்பா பெயர் தயாராம். இது அனில் பர்த் சர்டிபிகேட்ல இருக்கு."

"கோவிந்த், ரொமப வேலை மும்முரத்துல இருக்கீங்கன்னுட்டு நினைக்கிறேன். ஒரு விஷயத்தைக் கவனிச்சீங்களா? யாருமே எச்.ஐ.வில சாகலை."

"ஸோ? என்னதான் சொல்ல விரும்பறீங்க? தெரியலை தீதி."

சுதா தான் ராவ்தேயுடன் தொடர்புகொண்டதையும் மற்ற விவரங்களையும் கூறினாள்.

"ஒரு நிமிஷம்" என்று விட்டுப் பிறகு மீண்டும் வந்து, "தீதி, பேசிட்டிருந்தபோதே இங்க இன்னொருத்தர்கிட்ட பால்கர் போலீஸோட பேசச் சொன்னேன். 2005ல தயாராம்னு ஒருத்தர் காணாமல்போனதா புகார் ஒண்ணு பதிஞ்சிருக்கு. அது வேறு தகவல் இல்லாம மூடப்பட்ட ஃபைல்."

"ஸோ, அவர் தற்கொலை பண்ணிட்டதுக்கு எந்த ஆதாரமும் இல்லை. அனில் அப்பா சாகலை. அந்தப் பாட்டி எதையோ மறைக்கத்தான் இந்த எச்.ஐ.வி பீதியைக் கிளப்பிவிட்டிருக்காங்க."

"இங்க இருக்கற கான்ஸ்டபிள் ஒருத்தர் பால்கர்வாசிதான். நில்லுங்க அவரைக் கேட்கிறேன். இது வரைக்கும் அவர் ஸ்டேஷன்ல இல்லை. லீவுல போனவர் இன்னிக்குத்தான் வந்திருக்கார். ஜஸ்ட் ஹோல்ட் ஆன்" என்றுவிட்டு யாரிடமோ பேசினார்.

“தீதி, கான்ஸ்டபிள் லக்ஷ்மண் பன்ஸோடே சொல்றார் அவர் இன்னொரு பொண்ணோட ஓடிட்டார்னுட்டுத்தான் பால்கர்ல வம்பாம். அதை மறைக்கத்தான் கிழவி இப்படிக் கதை கட்டிவிட்டதா இருக்கும்கறாரு. ஆனால் எச்.ஐ.வி விஷயத்தை நம்பாமலும் இருக்க முடியலையாம். அதனால்தான் ஒருத்தரும் இத்தனை நாள் பக்கத்துல நெருங்கலையாம்.”

“மொத்தத்துல அவனுக்கு அப்பான்னு ஒருத்தர் இருக்கார் எங்கியோ. அவரைக் கண்டுபிடிச்சா உடலை ஒப்படைக்கலாம் இல்லையா?”

“13 வருஷமா கிடைக்காதவர் இப்பக் கிடைப்பாராக்கும்? அது க்ளோஸ்டு ஃபைல் தீதி. அவரைத் தேடறதுக்குள்ள இங்க உடம்பு அழுகிடும். எத்தனை நாள்தான் மார்சுவரியில கிடக்கும்? நடக்கிற விஷயமா யோசிப்போம்.”

திறக்கும்போதே கதவுகள் மூடிக்கொண்டன. மும்பாயின் ஓர் ஒற்றை அறைக் குடியிருப்பின் 250 சதுர அடி வீடு ஒன்று பூட்டப்பட்டுக் கிடந்தது.

○ ○ ○

ஸ்டெல்லாவின் கண்கள் நிரம்பியதும் சுதாவின் முகம் வாடியதும் ரூபாலிக்கு பஹினாவின் மீது கொஞ்சம் கோபம் வந்தது. பஹினாவைப் பல ஆண்டுகளாகத் தெரியும். அவர்கள் எல்லோருமே மதிக்கும் ஒருத்தி அவள். சுதா குப்தா குழந்தைகள் காப்பகத்தின் தலைவி கலாவதியின் தோழி. அடிக்கடி அங்கு வருவாள். பேசிக்கொண்டிருப்பாள்.

சுதாவும் ஸ்டெல்லாவும் போனதும் பஹினாவைச் சற்றுக் கோபத்துடன் பார்த்தாள். “என்ன பஹினா தாயீ? நீங்க இப்படிப் பண்ணுவீங்கன்னு நினைக்கக்கூட இல்லை” என்று சிடுசிடுத்தாள்.

“அந்தச் சட்டம் ரொம்ப அழகா இருந்திச்சு” என்று அடங்கிய குரலில் கூறினாள் பஹினா.

கலாவதிக்கும் கோபம்தான். அவளுக்கு எப்போதும் ஹிஜ்டாக்களிடம் அவர்கள் வாழ்க்கையில் எதிர்கொள்ளும் துன்பங்களினால் அனுதாபம் உண்டு. ஆனால் அவள் எதுவும் கூறவில்லை. ஷாலினியும் பஹினாவும் கிளம்பிப் போனார்கள்.

அன்று வேலை முடிந்ததும் தான் வசிக்கும் இடத்துக்குப் போகாமல் ஸயான்கொலிவாடாவுக்குப் போனாள். அங்குதான் பஹினாபாயி இன்னும் சிலருடன் தங்கியிருந்தாள் ஒரு சிறு வீட்டில்.

பஹினா இருக்கவில்லை. சுவரில் தொங்கிய சட்டங்களுக்குள் பஹு்சார் மாதாவும் எல்லம்மாவும் இருந்தனர். அங்கிருந்த உஷாவும் கம்லாவும் தனிப்பட்ட முறையில் மெட்ரிக் பரீட்சை எழுத முயன்றுகொண்டிருந்தனர். ஆங்கிலப் புத்தகங்களை வெளியே எடுத்து ரூபாலியிடம் உதவி கேட்க ஆரம்பித்தார்கள் அவர்கள் சந்தேகங்களைத் தீர்க்க. ஆங்கில இலக்கணம் அவர்களுக்குக் கடக்க முடியாத கடல்.

"ரென் அண்ட் மார்ட்டின் எங்க? கைட் புக் வாங்கச் சொன்னேனே? வாங்கலியா?" என்றாள் ரூபாலி.

மூலையில் குவிந்து கிடந்த புத்தகங்களில் தேட ஆரம்பித்தார்கள் இருவரும்.

"அந்தக் கூடை முடையற நடைபாதைக் கடையில சின்ன மூங்கில் அலமாரி கிடைக்கும் வாங்கிக்குங்கன்னு சொன்னேன் இல்ல? இப்படிக் குவிச்சு வெச்சா எப்படி?" என்று கடிந்து கொண்டாள் அவர்களை.

ரென் அண்ட் மார்ட்டின் குவியலுக்கு அடியில் இருந்தது. அதை அவசரமாக உருவி எடுத்தாள் கம்லா. அதில் சொருகி வைத்திருந்த சில காகிதங்கள் விழுந்தன. இரு புகைப்படங்களும் விழுந்தன. ஒன்று ஒரு வயதான பெண். இன்னொன்று குழந்தையுடன் ஒரு பையன்.

விழுந்த புகைப்படங்களை ஆச்சரியத்துடன் பார்த்தாள் கம்லா. "யாருது இது? என்றாள்.

ஏதோ மனத்தில் உறுத்த ரூபாலி அவற்றை எடுத்துப் பார்த்தாள். தன் பையில் வைத்துக்கொண்டாள்.

பாடம் நடத்தத் தொடங்கினாள்.

இரவு எட்டுமணிவாக்கில் பஹினா வந்தாள்.

ரூபாலியைப் பார்த்ததும் "ரூபாலி, ரொம்பக் கோபமா?" என்று கேட்டாள்.

ரூபாலி பையிலிருந்த புகைப்படங்களை எடுத்துக் காட்டினாள்.

பஹினாவின் முகம் மாறியது.

"இதை நான் அவங்களுக்குத் திருப்பித் தரப்போறேன்" என்றாள் ரூபாலி. "கிழிச்சதா ஏன் சொன்னீங்க?"

பஹினா பதில் சொல்லவில்லை.

ரூபாலி புகைப்படங்களை மீண்டும் பைக்குள் போடப் போனபோது, "ரூபாலி, ஃபோட்டோ இங்கியே இருக்கட்டும்" என்றாள்.

"யார் வீட்டு ஃபோட்டோவோ உங்களுக்கு எதுக்கு?"

"எங்க ஊர்க்காரங்க அவங்க. அவங்க பையன் காணாமப் போயிட்டாரு. அவரை எனக்குத் தெரியும். சமீபத்துல அகஸ்மாத்தாப் பார்த்தேன். ஸ்டெல்லா பேட்டி வீட்டுல அந்த ஃபோட்டோ எப்படி வந்ததுன்னு எனக்குத் தெரியாது. ஆனால் அவர்கிட்டத் தரலாம்னுட்டுத்தான் எடுத்தேன். ரொம்ப வீட்டு ஞாபகம் வருதுன்னாரு."

"பஹினா தாயீ, நீங்க இப்பவே எங்கூட வாங்க. சுதா மௌஸிகிட்டப் பேசுங்க. அவரப் பத்தி சொல்லுங்க அவங்க கிட்ட. அந்த ஸ்டெல்லா தீதி அழுதிடுச்சி பாவம்."

"மணி ஒம்பது ஆவுது ரூபாலி. போன்ல பேசறேனே?"

"சரி" என்றுவிட்டு சுதாவை அழைத்தாள். பஹினா அவளிடம் பேச விரும்புவதாகச் சொன்னதும் பேச ஒப்புக்கொண்டாள் சுதா.

"மௌஸி, மலா மாஃப் கரா. அந்தப் ஃபோட்டோவை நான் கிழிக்கலை. எங்க ஊர்லேந்து காணாமல்போன ஒருத்தரோட அம்மாவும் பையனும் அது. அவரைக் கொஞ்ச நாள் முன்னால பார்த்தேன். நம்பவே முடியலை. அவர் செத்துட்டார்னே நாங்க நினைச்சோம். வீட்டு ஞாபகம் வருதுன்னாரு. அவங்கம்மா வீட்டுக்குள்ள நுழையக்கூடாதுன்னு சொல்லியிருந்தாங்களாம். அவங்கம்மா ரொம்பக் கண்டிப்பு. என்ன விஷயமோ யாருக்குத் தெரியும் மௌஸி? அவரைப் பார்த்தால் தரலாமேன்னு வெச்சேன். ஸாரி மௌஸி."

"இருக்கட்டும் பஹினா. நல்ல காரணத்துக்குத்தான் திருடியிருக்கீங்க. போகட்டும். அந்த ஆளு எங்கயிருக்காரு என்னன்னுட்டுத் தெரியுமா? ஒரு முக்கிய விஷயம் அர்ஜண்டா சொல்லணும்."

"அவரு இருக்குற இடம் தெரியும் மௌஸி. என்ன விஷயம் சொல்லுங்க."

"ப்ளீஸ், அவரை நாளைக்குக் காலைல முதல் வேலையா கூட்டிட்டு வரீங்களா? அந்த ஃபோட்டோல இருக்குற அவர் பையன் முந்தா நாள் ராத்திரி ஹார்ட் அட்டாக்குல இறந்துட்டான். உடம்பு மார்சுவரில கிடக்கு. ஒப்படைக்க நெருங்கின சொந்தம் யாருமில்ல. இப்ப அப்பாவே இருக்கார்னு சொல்றீங்க..."

சுதா முடிக்கும் முன் ஒரு பெருத்த ஓலம் எழுந்தது. "என்ன, என்ன ?" என்று அவள் பதறியபோது உரத்து அழும் ஒலி கேட்டது.

கைபேசி தொடர்பு இன்னும் துண்டிக்கப்பட்டிருக்கவில்லை.

ரூபாலி, "காய் ஸால தாயீ?" என்று பதற்றத்துடன் கேட்பது இவளுக்குக் கேட்டது.

பெருத்த கேவல்களுக்கிடையே பஹினாபாயி அலறுவதும் கேட்டது –

"மீ த்யாஸே வடீல். (நான் அவன் அப்பா) மீ த்யாஸே வடீல்..."

❍ ❍ ❍

பஹினாபாயியின் பெயரையும் அவள் வழிபட்ட விட்டலனின் பெயரையும் தன் பெயராக மாற்றிக்கொள்ள அவன் விரும்பிய தற்குக் காரணம் இருந்தது. பஹினாபாயி அவன் மனத்துக்கு மிக நெருங்கிய பக்தை. விட்டல பக்தை. தன் அடையாளம் அவள் பெயராகவும் அவள் விட்டலனின் பெயரை இணைத்ததாகவும் இருக்க வேண்டும் என்றே விரும்பினான். தன் உடலின் அனைத்துத் துன்பங்களையும் தான் அனுபவிக்கத் தயார் அது விட்டலனை எட்ட உதவும் என்றால் என்றாள் பஹினா. இந்த ஆணுடலின் துன்பங்களை அவன் அனுபவித்தாயிற்று. அவனுக்குப் பெருத்த ஆனந்தத்தை அளித்தது புடவை அணியும் நேரங்கள்தாம். திருடிய நேரங்கள். யாரும் இல்லாதபோது கஸ்தூரி மஞ்சளில் அரக்குக் கரையிட்ட புடவையணிந்துகொண்டு, குங்குமம் வைத்துக்கொண்டு, வீட்டினுள் இடுப்பை அசைத்து அசைத்து நடப்பதுதான் எத்தனை சுகம்!

நிப்பாணியிலிருந்து வருடா வருடம் எல்லம்மாள் விழாவுக்கு ஸௌந்ததி வரும் அனுமந்தா ஜோகப்பாதான் இதை எதிர்கொள்ள தைரியம் அளித்தவன். எல்லம்மாவுக்கு நேர்ந்துவிடப்பட்டவன். இவனும் வருடா வருடம் போவதுண்டு ஸௌந்ததிக்கு. எல்லம்மாவைப் பிடிக்கும். ஜோகப்பாக்களுடன் பொழுதைக் கழிப்பது மனநிறைவைத் தரும்.

ஜோகப்பாக்கள் ஹிஜ்டாக்கள் இல்லை. ஆணுறுப்புக் குறைபாடுடன் பிறந்தோ, ஆணுறுப்பைத் தற்காலத்தில் அறுவை சிகிச்சை மூலமும் அந்தக் காலத்தில் முரட்டு அறுவைச் சிகிச்சை முறைகளிலும் சிதைத்துக்கொண்டோ, சிதைக்கப்பட்டோ ஹிஜ்டாக்கள் எனப்படும் அலிகள் அல்ல ஜோகப்பாக்கள். இவர்கள் எல்லம்மாவுக்கு நேர்ந்துவிடப்பட்டவர்கள். வேற்றுப்பால் உடைதாரிகள். அவர்களின் ஆணுறுப்பு அவர்களை எந்தவகையிலும் பாதிக்கவில்லை. "ஆணாவும்

பெண்ணாவும் இருப்பது மனசுலதான். உடம்புக்கும் அதுக்கும் என்ன சம்பந்தம்?" என்று அனுமந்தா ஜோகப்பா சொல்வான். ஆணாகவும் பெண்ணாகவும் இருக்கும் ஜோகப்பாக்களைப் பற்றிக் கூறுவான். எல்லம்மாள் விழாவின்போதும் வேறு சில கொண்டாட்டங்களின்போதும் ஜோகப்பாவாகி மற்ற நேரங்களில் ஆணாக இருக்கும் ஜோகப்பாக்கள் உண்டு. ஆணிலிருந்து பெண்ணுக்கும் பெண்ணிலிருந்து ஆணுக்கும் அவர்கள் வழுக்கிக்கொண்டு போய்விடுவார்கள் என்பான்.

உடம்பு வெறும் ஜாடி என்பான் பஹினா பாயியின் பாடலைப் பாடியபடி. ஜாடி உடைந்தால் அதன் உள்ளேயிருக்கும் இடம் எங்கு போகிறது? அது வெளியில் கலந்துபோகிறது. அது அப்போது ஜாடி இல்லை. ஜாடிக்குள் இருக்கும் இடமும் இல்லை. அது ஒன்றுமில்லை. தன் உடலும் அப்படித்தான். அதனுள் இருப்பது பெண்ணுமில்லை. ஆணுமில்லை. அவன் பெண்ணாக உணர்கிறான். அதன்பின் உடல் எப்படி இருந்தால் என்ன? அது வெறும் பௌதிக நீட்சி என்று விளக்குவான். ஒரு கரையிலிருந்து மறு கரைக்குப் போவதுபோல் உடலை நீந்திக் கடக்கலாம் என்பான். அது நீராய் மாறி இடம்கொடுக்கும் கடக்க என்பான்.

அவனுக்கு அந்த விளக்கங்கள் புரியவில்லை. ஆணுடலில் சிறைப்பட்ட பெண்ணாக உணர்ந்தான். ஆணுறுப்பு அவன் களைய வேண்டிய ஒன்று என்று நினைத்தான். அப்போது அவன் தயாராம். வெளித் தோற்றத்திலும் உள்ளே உணர்வதுபோலவே பெண்ணாகத் தோற்றமளிக்க விரும்பினான். பாறாங்கல்லாய்க் கனத்த அவன் உடல் புடவை உடுத்தியதும் பூப்போல் லேசாகியது. அனுமந்தா ஜோகப்பாவுக்கு அவன் தவிப்பு புரிந்தது. மும்பாயில் உள்ள அப்படிப்பட்டச் சமூகத்தைச் சென்றடைய அவனுக்கு உதவியது அவன்தான்.

பிறகு அவனுக்குப் புரிந்தது ஆணிலிருந்து பெண்ணாவது ஒரு வகைத் தற்கொலை. ஒரு வகை இறப்பு. ஒரு வகைப் பிறப்பு.

O O O

மெல்ல மெல்ல விவரங்கள் வெளியே வந்தன. துண்டு துண்டாய். கொட்டும் அருவியாய். பிறகு சொட்டும் துளிகளாய்.

தயாராமின் அப்பாவுக்கு அம்மாவுடன் உறவு சரியாக இல்லை. குடிகாரர். இருந்த கொஞ்ச நிலத்தில் விவசாயம் செய்வதை விட்டுவிட்டு பெரிய நகரத்தில் இருக்கும் ஆசையில் அவர் மும்பாய் வர முடிவு செய்ததில் அவளுக்குச் சிறிதும் ஒப்புதல் இல்லை. பெரிய நகரத்தில் அவர் வாழ்க்கை தறிகெட்டு

ஓடும் என்று அவளுக்குத் தெரியும். கொஞ்ச நிலத்திலிருந்தும் சிறு பகுதியை விற்று அவர் மும்பாயில் ஒற்றை அறை வீட்டை வாங்கியதும் தன் பெயரில் இருக்கவேண்டும் என்று பிடிவாதம் பிடித்தது அதனால்தான். இதுவரை செய்யாத வேலையாக லாரி ஓட்ட ஆரம்பித்தார்.

மும்பாய்க்கு வந்தது அழிவுக்கு இட்ட வித்து என்று எப்போதும் சொல்வாள். தயாராம் பால்கரில் தங்கியது அவளுக்கு மனநிறைவு. ஆனால் மங்களா குறித்து அவளுக்கு நல்ல அபிப்பிராயம் இருக்கவில்லை. 'மும்பாய்க்குப் போய்விடலாம்' என்று தினமும் தயாராமை நச்சரித்துக்கொண்டிருந்தாள் மங்களா. குழந்தைகளைச் சரியாகக் கவனிக்காமல் சினிமா பார்ப்பதும் டி.வி. பார்ப்பதும்தான் வேலை அவளுக்கு என்று பால்கர் வரும்போதெல்லாம் சொல்வாள் அவனிடம்.

சினிமா குறித்து அவளுக்குப் பெரும் வெறுப்பு இருந்தது. மும்பாயில் படிப்பாள் டீச்சராவாள் என்று அவள் கனவு கண்ட பெண் அப்பாவின் மூலம் யாரையோ சந்தித்துக் கூட்டத்தோடு கூட்டமாய் சினிமாவில் நடனம் ஆடும் ஒருத்தியாகிவிட்டாள். மும்பாயாக இருந்ததால் அதை மறைத்துவைக்க முடிந்தது. பெண்ணும் அம்மாவுக்குப் பயந்து அதைப் பற்றிப் பேச மாட்டாள். சொந்தக்காரர்களிடமிருந்து அம்மா விலகியே இருந்தாள்.

கணவன் குடியிலும் மருமகளும் மூத்த பேரனும் நோயிலும் இறந்தபின் தயாராம் தன் ஐந்து வயதுப் பையனுடன் மும்பாய் வந்து தங்கையைத் திருத்த வேண்டும் என்று எதிர்பார்த்தாள்.

அப்போதுதான் அது நேர்ந்தது.

அவன் எதிர்பாராமல் ஒரு நாள் அவள் பால்கர் வந்தபோது அவன் அவனுக்குப் பிடித்த கஸ்தூரி மஞ்சளில் அரக்குக் கரையிட்ட மங்களாவின் புடவையை அணிந்துகொண்டு கண்ணாடியில் தன்னைப் பார்த்துக்கொண்டிருந்தான். மகனை அம்மாவின் பொறுப்பில் விட்டுவிட்டுத் தன் வழியில் போக யோசித்துக்கொண்டிருந்தான்.

திடீரென்று அம்மா அறையில் நுழைந்ததும் அதிர்ந்துபோனான்.

"தேவா, எனக்குச் சாவு ஏன் வரமாட்டேங்குது?" என்று கடவுளைக் கூப்பிட்டபடி அழுதாள் அம்மா. அவன் இனிமேல் அவள் முகத்தில் விழிக்கக்கூடாது என்றாள். அன்றிரவே அவன் வெளியேறி அவனுக்கான உலகத்தில் நுழைந்தான். உறவினர்கள் யாரும் அண்டாமல் இருக்க அம்மா கட்டிய கதைகள் பற்றிப் பிறகு தெரிந்துகொண்டான்.

தங்கை இறந்ததும் அம்மா இறந்ததும் பஹினாவுக்குக் காற்றுவாக்கில் செய்திகளாய் வந்தன. பையனைப் பற்றிய நினைவுகள் வந்தபடி இருந்தன.

ஸ்டெல்லா வீட்டில் இருந்த புகைப்படங்கள் அங்கே எப்படி வந்தன என்றுகூட பஹினா யோசிக்கவில்லை. அவற்றைப் பார்த்ததும் மகனைப் பார்க்கும் ஆசை அதிகமாகியது. முந்தாநாள் இரவு அவன் வீடு திரும்பும் நேரம் வரைக் காத்திருந்து அவனை அடுத்த தெரு முனையில் கண் நிறையப் பார்த்தாள். தெருவில் அதிகம் நடமாட்டம் இல்லை.

"அனில்" என்று மெல்லக் கூப்பிட்டபோது, திடுக்கிட்டுத் திரும்பிய அனில் கையால் தூரப் போ என்பதுபோல் சைகை காட்டினான்.

"அனில், என்னைத் தெரியலையா? மீ துஜா வடீல்."

அனில் திடுக்கிட்டான்.

"உளறாதே" என்றான்.

"இல்லை. நிஜமாவே. கொஞ்சம் பேசலாமே? நான் எல்லாத்தையும் விளக்கமா சொல்ல முடியும்."

அனிலுக்கு எங்கிருந்து அவ்வளவு கோபம் வந்தது என்று தெரியவில்லை. அவள் முகத்தில் ஓங்கிக் குத்த வந்தான். அவளைக் கீழே தள்ளிக் காலால் மிதித்தான்.

"மாஜே வடீல் வார்லே. கேவச் வார்லே. எங்கப்பா இறந்திட்டாரு. எப்பவோ இறந்திட்டாரு" என்று அலறினான்.

தெருவில் யாருமில்லை.

மேலே நடந்த அவனைப் பின்தொடர முயன்றபோது, "பக்கத்துல வராதே. உன்னைக் கொன்னுடுவேன்" என்று கத்தினான் அனில். முகம் சிவந்து கழுத்து நரம்புகள் புடைத்துத் தெரிந்தன.

பஹினா அவனைப் போகவிட்டாள்.

எல்லாவற்றையும் கேட்ட ஷெல்கே பஹினாவின் முதுகில் தட்டினார். "வாழ்க்கை ரொம்பச் சிக்கலானது பஹினாபாயி" என்றார்.

மார்சுவரியிலிருந்த உடல் வந்ததும் பஹினாவுடன் சுதா, ஸ்டெல்லா, கோவிந்த், சில போலீஸ்காரர்கள், பி.எம்.ஸியின் நல்ல மனம் கொண்ட சமூக சேவையாளர் எல்லோரும் உடலை எடுத்துக்கொண்டு சுடுகாட்டுக்கு நடந்தனர்.

"ராம் நாம் ஸத்ய ஹை" என்று கூவியபடி அனிலின் ஹோட்டல் தொழிலாளர்களும் இணைந்துகொண்டனர்.

தன் மகனின் உடலுக்கு எரியூட்டிவிட்டு, "ஹே அனிலா! மீ துஜா வடீல்! மீ துஜி ஆயி! நான் உன் அப்பா. நான் உன் அம்மா." என்று கதறினாள் பஹினாபாயி.

மாலையில் அஸ்தியைப் பெற்றுக்கொண்டு அதைக் கடலில் கரைக்கும் வரை உடனிருந்தனர் அனைவரும்.

கடலையே வெறித்தபடி நின்றுகொண்டிருந்த பஹினாவை நெருங்கி அவள் கையில் அந்த 250 சதுர அடி கொண்ட அறையின் சாவியை வைத்து அழுத்தினார் கோவிந்த் ஷெல்கே. தன் கையிலிருந்த சாவியைப் பார்த்தபடி சிறிது நேரம் நின்றாள்.

கோவிந்த் ஷெல்கே அவள் தோளில் கையைப் போட்டு அணைத்துக் கொண்டார் ஆறுதல் கூற. பஹினா உடைந்து போனாள். ஹிஜ்டாக்களின் அந்தரங்க உறுப்பில் லத்தியால் குத்தும் கொடூரமான குரூர வக்கிர மனம் கொண்ட போலீஸ்காரர்களைத்தான் அவளும் அவளைச் சார்ந்தவர்களும் சந்தித்திருந்தார்கள் இதுவரை.

சாவியை அவர் கையில் வைத்தாள். அவர் இரண்டு கைகளையும் பிடித்துக்கொண்டு, "ஸாஹேப், எனக்கு ஒரு உதவி செய்யுங்களேன். இந்த ரூபாலி, உஷா, கம்லா இப்படிச் சின்ன வயசு ஹிஜ்டாக்கள் நிறைய பேர் படிக்க ஆசைப்படறாங்க. பிச்சை எடுக்கறதும் ஸெக்ஸ் 'வர்க்' பண்ணறதும் மத்தவங்கள அதுல ஈடுபடுத்தறதும்தான் ஹிஜ்டா வேலைங்கறது எங்க தலைமுறையோட போகட்டும். என் பில்டிங்காரங்ககிட்ட நீங்க பேசுங்க. நான் எந்தக் காகிதத்துல வேணுமானாலும் கையெழுத்துப் போடறேன். அந்தக் 'கோலி' இவங்கல்லாம் தொந்தரவில்லாமல் படிக்கிற 'கோலி'யா, லைப்ரரி மாதிரி இருக்கட்டும். கலாவதி மௌஸியும் ரூபாலியும் அதைக் கவனிச்சுப்பாங்க. என் பையன் ஃபோட்டோவும் அம்மா ஃபோட்டோவும் அங்க சுவருல இருக்கட்டும்" என்றாள்.

கண்களிலிருந்து நீர் பெருகியபடி இருந்தது. கோவிந்த் அவளைத் தன் மார்பில் சாய்த்துக்கொண்டு அழவிட்டார். அழுது அடங்கியபின் கண்ணைத் துடைத்துக்கொண்டாள். சுதா, ஸ்டெல்லா, கலாவதி எல்லோரையும் இறுக அணைத்துக் கொண்டாள். பிறகு ரூபாலி, உஷா, கம்லாவுடன் நடக்க ஆரம்பித்தாள்.

மற்றவர்கள் கடற்கரையிலிருந்து வெளியெ வரும்போது யார் வீட்டிலிருந்தோ ஸந்த் நாம்தேவின் "மாஜே மனோரதத பூர்ண கரி தேவா; கேசவா மாதவா நாராயணா" (என் மனோரதத்தை நிறைவேற்று தேவா) என்ற அபங்க் கேட்டது. "நாஹி நாஹி மஜ ஆணிக் ஸோயரா" என்று அபங்கின் வரிகள் அவர்களைத் தொடர்ந்தன.

இல்லை இல்லை எனக்கோர் ஆத்மார்த்த உறவு
என்னை ஒதுக்காதே பாண்டுரங்கா
அனாதைகளின் நாதனான நீ தயாளன்
எவ்வளவு முறைதான் உன்னைத் துதிப்பது
ஜீவன் நிலையற்றது என்கிறான் நாமா
உனக்காக இன்றுவரை ஏங்கிக்கொண்டிருக்கிறேன்

ஒரு நிமிடம் நின்று, "மிஸ்ர மாருபிஹாக் ராகம்" என்று முணுமுணுத்தார் கோவிந்த் ஷெல்கே. எல்லா மராட்டியர்களையும் போல அவருக்குச் சங்கீத ஞானம் அதிகம் உண்டு.

***உயிர்மை*, அக்டோபர் 2018**

ஸாரஸ் பறவை ஒன்றின் மரணம்

ஸாரஸ் கொக்கு உத்திரப் பிரதேசத்தின் மாநிலப் பறவை. சாம்பல் நிறத்தில் கருத்த அலகும் சிவப்பு நிறத் தலையும் மேல் கழுத்தும் வெளுத்த உச்சந்தலையும் கொண்ட ஓயிலான பறவை. பறக்கக்கூடிய பறவைகளில் மிக உயரமானது. தன் துணையை அழைக்க உரக்கக் கூவி, தாவிக் குதித்து நடனமாடும். மற்றக் கொக்குகளைப்போல் இவை நெடுந் தொலைவு வலசை போவதில்லை.

ஸாரஸ் பற்றிய தகவல்களிலிருந்து

காதல் குறித்துப் பல ஐயங்கள் எழுந்துவிட்டன சுதாவுக்கு. கடந்த வாரம் ஒரு பெண் அவள் துப்பறியும் நிறுவனத்தை அணுகினாள். ஆழமான காதலாம். அவன் இல்லாவிட்டால் வாழ்க்கை அர்த்தமற்றுப் போய்விடுமாம். இருந்தாலும் அவனைப் பற்றிய ஒரு ரகசிய அறிக்கை வேண்டுமாம். விஷயம் என்னவென்றால் இரண்டு நாட்கள் கழித்து சுதாவைத் தன் காதலி அணுகியிருப்பது தெரியாமல் அவள் காதலன் சுதாவுடன் தொடர்புகொண்டு காதல் புகழ் பாடிவிட்டு, காதலியை வேவு பார்த்து அறிக்கை வேண்டும் என்றான்.

ஸ்டெல்லா சொன்னாள்: "சுதாம்மா, ஒண்ணு செய்யலாம். அவளைப் பற்றி அவன் கேட்ட அறிக்கையை அவளுக்கும் அவனைப் பற்றி அவள் கேட்ட அறிக்கையை அவனுக்கும் மாத்தி அனுப்பிடலாம். என்ன ஆகும்னு பார்க்கலாம்."

“போகட்டும். நமக்கெதுக்கு அந்த வம்பெல்லாம்? விடு” என்றாள்.

வியாபாரக் கூட்டாளிகளும் இப்படி அவளை அணுகுவ துண்டு. பெரிய ஒப்பந்தம் செய்யும் முன் மற்றக் கூட்டாளிகளைப் பற்றிய ரகசிய அறிக்கை தயாரிக்கச் சிலர் சொல்வதுண்டு. கணவன் மனைவியைப் பற்றி மனைவி கணவனைப் பற்றி என்று எல்லோருக்கும் வேவு பார்ப்பதுதான் சுயேச்சையாகச் செயல்படும் துப்பறியும் நிறுவனங்களிடம் வரும் வேலைகள். திருமணம் ஆகும் முன்பும் அதன் பின்னும் குழந்தை ஆனந்தி பிறந்த பிறகுகூட அவளுடன் உற்சாகமாக வேலை செய்யும் ஸ்டெல்லாவால் மனம் சோர்வடையாதிருக்கிறது. கணவன் விஞ்ஞானி நரேந்திர குப்தாவும் முதுகலைப் படிப்பு படிக்கும் மகள் அருணாவும் அவளை உற்சாகமூட்டும் குடும்பம். மிகச் சிறந்த துப்பறிவாளர் என்று அறியப்பட்ட வித்யாசாகர் ராவ்தே அவள் குரு. கிழவர். ஆனால் கழுகுக் கண். பாம்புச் செவி. தனிப்பட்ட முறையில் வேலை செய்யும் துப்பறிவாளர்களுடன் போலீஸ் இணைந்து வேலை செய்யாவிட்டாலும் பல சிக்கலான வழக்குகளில் அவளை இணைத்துக்கொள்பவர் கோவிந்த் ஷெல்கே. இன்ஸ்பெக்டரிலிருந்து ஏ.ஸி.பி ஆனபின்னும் அவளை மறக்கவில்லை. தற்செயலாக ஆரம்பித்துப் பின் தொழிலாகி ஒரே மாதிரியாகப் போய்க்கொண்டிருக்கும் துப்பறியும் வேலை யிலிருந்து அவளை மீட்பது இவர்கள்தாம் என்று அடிக்கடி நினைத்துக்கொள்வாள்.

வேலு ஸ்டெல்லாவைக் கூட்டிப்போயாயிற்று. அன்று வேலைக்கு வந்தபோது ஆனந்திப் பாப்பாவையும் கூட்டி வந்திருந்தாள் ஸ்டெல்லா வேறுவழியில்லாமல். அவள் அப்பாவும் அம்மாவும் வெளியூர் போயிருந்தார்கள். வேலுவின் அம்மா மலர்விழி ஸ்கூல் வேலை முடிந்து மாலையில்தான் வருவாள். வேலுவின் தங்கை ஸுநயனா கல்லூரி முடிந்ததும் ஒரு பகுதி நேர வேலைக்குப் போய்க்கொண்டிருந்தாள். இரவாகும் வீடு வர. ஆனந்திப் பாப்பாவின் உதவியால் படுக்கைக்குக் கீழே இருந்த கைக்குட்டை, வரவில்லை என்று நினைத்த மின்சார பில் எல்லாம் கிடைத்தன.

ஆனந்திப் பாப்பாவைக் கொஞ்சியவாறே சமைத்த செல்லம்மாளின் மூக்கில் ஒரு குத்து விழுந்தது. “ஸ்டெல்லா, இது மேரி கோம் ஆகப்போவுது. ஜாக்கிரதையா இரு” என்றாள் செல்லம்மா. மூக்கைத் தடவியபடி. ஆனந்திப் பாப்பா ஏதோ புரிந்ததுபோல கக்கக்கென்று சிரித்தது.

காதல் பறவைகளின் இரு வேறு அறிக்கைகள் தயார். இருவரும் வெகு பொருத்தமான ஜோடி. பெயரிலிருந்து எந்தத் தகவலும் உண்மையில்லை இருவர் விஷயத்திலும். அறிக்கைகளைப் படித்தபின் என்னவாகும் என்பது சுவாரஸ்யமாக இருக்கும். அவளுக்குத்தான் அது தெரிய வாய்ப்பில்லை.

அறிக்கைகளைப் படிக்கும் முன் ஒரு கோப்பை தனது வழக்கமான லவங்கப்பட்டைத் தேநீர் குடித்தால் தேவலை என்று தோன்றியது. மின்சாரக் கெட்டிலின் சிவப்புப் பொத்தானை அழுத்திவிட்டுக் கோப்பையில் லவங்கப்பட்டைத் தேநீர்ப் பையைப் போட்டாள். தண்ணீர் கொதித்ததும் பித்தான் வெளியே வரும் ஓசை கேட்டது. வெந்நீரைக் கோப்பையில் ஊற்றி தேநீர்ப் பையை முக்கி முக்கி எடுத்தாள். பிறகு வெளியே எடுத்து வைத்துவிட்டுக் கோப்பையுடன் நாற்காலியில் அமர்ந்து கொண்டாள்.

வாயிற்கதவு திறக்கும் ஓசை கேட்டது. அது யாரும் வரும் நேரமில்லை.

"கோன்?" என்று குரல் கொடுத்தாள்.

"நான்தான் சுதா" என்று நரேனின் பதில் வந்தது.

கையில் கோப்பையுடன் எழுந்துபோனாள்.

"என்ன நரேன்? உடம்பு சரியில்லையா?" என்றாள்.

"இல்லை, இல்லை, உடம்புக்கெல்லாம் ஒண்ணுமில்ல. ஒரு கப் சாய் கிடைக்குமா?" என்றான்.

"இதோ" என்றுவிட்டுத் தன் கோப்பையிலிருந்த தேநீரைக் குடித்தபடி எரிவாயு அடுப்பை மூட்டினாள். தேநீர் போடும் வால் பத்திரத்தில் தண்ணீரை நிரப்பிப் பக்கத்திலேயே இஞ்சியைச் சிதைத்து ஒரு சிறு தட்டில் வைத்திருந்தாள் செல்லம்மாள். நரேனுக்கு இஞ்சிச் சாய்தான் பிடிக்கும் என்று தயாராக வைத்துவிட்டுப் போவாள். சாதாரணமாக அவனே தயாரிப்பான். அவனுடைய விஞ்ஞானக் கூடம்போல் சமையலறையும் என்பான். ஏதாவது பாடலை விசிலடித்தபடி சமையலறை வேலையைச் செய்வான். இன்றைக்கு ஏதோ மனத்தில் ஓடியபடி இருக்கிறதோ என்னவோ?

தேநீர் தயாரித்துக் கோப்பையில் ஊற்றி, தேநீர்க்கான மேசையில் வைத்தாள். அதற்குள் நரேன் கைகால் கழுவிக்கொண்டு குளியலறையிலிருந்து வெளியே வந்து ஹாலில் அமர்ந்தான்.

பிஸ்கோத்து டப்பாவை அவன் முன் வைத்தாள்.

"என்ன விஷயம் நரேன்? ஒரு மாதிரி இருக்கியே?"

மௌனமாகப் பிஸ்கோத்தைத் தேநீரில் முக்கிச் சாப்பிட்டபடி தேநீரைக் குடித்தான் சிறிது நேரம். பிறகு கூறினான்.

"என்னோட வேலை செய்கிறான் ஒருத்தன். என் சிநேகிதன். ரொம்ப நேர்மையான நல்ல மனுஷன். நல்ல குடும்பம். அவன் மனைவியைக் கொலைக் கேஸ்ல பிடிச்சிருக்காங்க."

"யாரைக் கொலை பண்ணினாங்களாம்?"

"அவங்க வீட்டு வேலைக்காரப் பெண்ணை. பதினொண்ணு வயசாம்."

"ஐயோ!"

"நம்ப ஷெல்கே போலீஸ் ஸ்டேஷன்தான். நீ விசாரிக்க முடியுமா? என் சிநேகிதன் ரொம்ப இடிஞ்சுபோயிட்டான். அவங்களுக்கும் பத்து வயசுலயும் எட்டு வயசுலயும் ரெண்டு பெண் குழந்தைகள் இருக்கு. மனைவி கொஞ்சம் கோபக்காரியாம். ஆனால் இப்படிக் கட்டாயம் செய்ய மாட்டாள் என்கிறார். அந்த வேலைக்காரப் பொண்ணு தூக்குப் போட்டுட்டு இறந்திருக்கா. ஆனால் போலீஸ் கொலைன்னு சொல்றாங்க. இவனுக்கு என்ன செய்யறதுன்னே தெரியலை. அழுதிட்டான் பாவம்."

வாயில் மணி அடித்தது.

"அவனை வரச்சொல்லியிருந்தேன். அவனாத்தான் இருக்கும்" என்று நரேன் கதவைத் திறக்க எழுந்தான்.

கதவைத் திறந்ததும் எதிரே நரேனைவிடச் சிறியவராய் ஒருவர் நின்றிருந்தார்.

"வா கிஷன். உள்ளே வா."

அவர் உள்ளே வந்ததும் சுதாவை அறிமுகப்படுத்தினான்.

"இது சுதா. ஒரு டிடெக்டிவ். உனக்குச் சொல்லியிருக்கேனே? சுதா, இது கிஷன் கோபால்."

வந்தவரைச் சோபாவில் உட்கார வைத்துவிட்டு, "சுதா..." என்று சொல்லும் முன் குளிர்பதனப் பெட்டியிலிருந்து குளிர்ந்த நீரை எடுத்து ஒரு கிளாசில் ஊற்றித் தட்டில் வைத்து கிஷன் முன் வைத்தாள்.

"தாங்க்யூ பாபிஜி" என்றபடி குளிர்ந்த நீரை ஒரே மூச்சில் பருகினார்.

"டீ சாப்பிடலாமே கிஷன்?" என்றான் நரேன்.

கிஷன் மௌனமாக இருந்தான்.

சுதா இன்னொரு கோப்பை தேநீர் தயாரிக்க ஆரம்பித்தாள். நரேனும் இன்னொரு கோப்பை குடிப்பான். தேநீரைத் தேநீர்க் கெண்டியில் ஊற்றி எடுத்துவந்தாள்.

தேநீர் மேசையில் வைத்துத் தொப்பியால் மூடிவிட்டு, இரு மண் கோப்பைகளை எடுத்துவந்தாள். அதில் தேநீர் சூடாக இருக்கும். குல்லர் என்பார்கள். குல்லரில் ஊற்றிவிட்டு, சர்க்கரை போட்டுப் பால் விட்டாள். அது ஒரு ஜப்பானியத் தேநீர்ச் சடங்குபோல் நடக்கும் அவர்கள் வீட்டில். பதற்றத்தில் இருப்பவர்களைச் சாந்தப்படுத்தும்.

தேநீர் தயாரித்து முடிப்பதற்குள் கிஷன் ஓரளவு சாந்தமடைந் திருந்தான்.

குல்லரை எடுத்துகொண்டு தேநீரைப் பருக ஆரம்பித்தான். இரண்டொரு வாய் பருகிவிட்டுச் சற்றுத் தணிந்த குரலில், "பாபிஜி, நீங்கள் உதவ முடியுமா?" என்றான்.

"கிஷன், எந்த வகையில் உதவ முடியும்னு தெரியலையே? சொல்லுங்க. என்னால் முடிந்ததைச் செய்கிறேன்."

"என் குழந்தைகள் அரண்டுபோயிருக்காங்க. இப்பவும் வீட்டுல தனியா விட முடியலை. கார்ல உட்கார்த்திட்டு வந்தேன்..."

அவர் முடிக்கும் முன் சுதா எழுந்தாள். "என்ன பைத்தியக்காரத்தனம் இது கிஷன்? கீழே கார்லயா இருக்காங்க?"

"ஆமாம்"

"கார்ச் சாவியத் தாங்க" என்று அவர் பாக்கெட்டிலிருந்து கையில் எடுத்துத் தருவதற்குள் கிட்டத்தட்ட அவர் கையிலிருந்து பிடுங்கினாள். "நரேன், போய்க் கூட்டிட்டு வா குழந்தைகளை" என்றாள் நரேனிடம்.

"ஸாரி பாபிஜி. என்ன செய்வதுன்னு தெரியாம...

நரேன் இரண்டு பெண் குழந்தைகளைக் கூட்டிக்கொண்டு வந்தான்.

"பூர்ணிமா, ஸ்வர்ணிமா" என்று அறிமுகம் செய்துவைத்தார் கிஷன். பூர்ணிமாவுக்குப் பத்து வயது இருக்கும். ஸ்வர்ணிமா அவளைவிடச் சிறியவள் போலும்.

அவர்களை அணைத்துக்கொண்டு அருணாவின் அறைக்குக் கூட்டிப்போனாள். டி.வி.யைப் போட்டுவிட்டு வெளியே வந்து இரண்டு பெரிய கண்ணாடிக் கிளாஸ்களில் டாங்க் ஆரஞ்சுப்

பொடியைப் போட்டுப் பழரசம் தயாரித்தாள். பிஸ்கோத்துப் பொட்டலம் ஒன்றை ஒரு தட்டில் வைத்து, கிளாஸ்களையும் வைத்து உள்ளே எடுத்துப்போனாள். அவர்களுடன் சிறிது நேரம் அமர்ந்து அவர்கள் இயல்பு நிலைக்கு வந்ததும் வெளியே வந்தாள்.

"சொல்லுங்க கிஷன்."

"என் மனைவியை அரெஸ்ட் பண்ணிட்டாங்க பாபிஜி கொலைக் குற்றம்னு சொல்லி ..."

"எப்போ ?"

"இன்னிக்கு மத்தியானம் நான் இல்லாதபோது செய்திருக்காங்க. நான் பாய் ஸாஹேப்கிட்டச் சொல்லிட்டுக் குழந்தைகள் ஸ்கூல்லயிருந்து அப்பத்தான் வந்திருப்பாங்கன்னு வீட்டுக்குப் போய்க் கூட்டிட்டு வந்தேன். அவங்களுக்கு எதுவும் தெரியாது."

"இன்னும் போலீஸ் ஸ்டேஷன் போகலியா ?"

"வீட்டுக்குப் போறதுக்கு முன்னால போனேன். பெயில் கிடைக்காதுன்னுட்டுச் சொல்றாங்க."

"இது ... இந்தச் சம்பவம் நடந்தது எப்போ ?"

"மூணு நாள் முன்னால. இன்னிக்கு அரெஸ்ட் பண்ணியிருக்காங்க. சத்தியமா பாபிஜி, மாதவி அப்படிச் செய்திருக்கவே முடியாது."

"ஒரு நிமிஷம்" என்றுவிட்டு கோவிந்த் ஷெல்கேயைத் தொடர்புகொண்டாள்.

"நமஷ்கார் தீதி" என்றார்.

"கோவிந்த், ஒரு கொலைக் குற்றத்துக்காக மாதவி கிஷன் கோபால்னு ஒருத்தரை அரெஸ்ட் பண்ணியிருக்கீங்களா ?"

"ஆமாம் தீதி. அது வந்து ..."

"இன்ஸ்பெக்டர் ரஞ்சன் முலேயா அரெஸ்ட் செய்தது ?"

"ஆமாம் தீதி. அவர் ..."

"வாரண்டோடத்தானே போய் அரெஸ்ட் பண்ணினீங்க ?"

"தீதி, இப்போ எங்களுக்குச் சட்ட நுணுக்கம் எல்லாம் கத்துத்தரப் போறீங்களா ?"

"இல்லை கோவிந்த். சரியான முறையிலதான் கைது செய்யப்பட்டிருக்காங்களான்னு ..."

"எங்க போலீஸ் ஸ்டேஷனைப் பொருத்தவரை எல்லாம் ரூல்ஸ் பிரகாரம் சரியாத்தான் நடக்கும் தீதி. அரெஸ்ட் வாரண்டோடதான் போயிருக்காங்க. ஒரு பெண் போலீஸ் ஆஃபீஸரும் கூடப் போயிருக்காங்க. பெண்களைச் சாயங்காலம் 6 மணிக்கு அப்புறமும் காலையில ஆறு மணிக்கு முன்னாலயும் கைது பண்ணக்கூடாதுன்னு ரூல்ஸ் இருக்கு. அதைச் சரியா கடைப்பிடிச்சிருக்கோம். வாரண்டோட போனோம். விலங்கு எதுவும் போடலை. அரெஸ்ட் மெமோவுல சாட்சிக் கையெழுத்து – அவங்க பில்டிங் செகரட்டரிகிட்ட – வாங்கியிருக்கோம். அவர் கணவரைக் கூப்பிட அனுமதிச்சோம். வக்கீலையும் கூப்பிடலாம்னு அவங்க சட்ட உரிமைகளைச் சொன்னோம். நாளைக்கு மாஜிஸ்ட்ரேட் முன்னால கூட்டிட்டுப் போவோம். இப்பத் தனி லாக்கப்புலதான் இருக்காங்க. இன்னும் ஏதாவது தெரியணுமா?" குரலில் சற்றுக் கோபம் தொனித்தது.

"ஸாரி கோவிந்த். இப்ப அவங்க கணவர் வந்தபோது பெயில் கிடைக்காதுன்னு சொன்னீங்களாம்."

"ஆமாம் தீதி. இது போலீஸ் ஸ்டேஷன்ல பெயில் கொடுக்க முடியாத குற்றம். வக்கீலோட கோர்ட்டுக்கு வந்து பெயில் அப்ளிகேஷன் கொடுத்தா ஒரு நீதிபதிதான் பெயில் தரமுடியும் இந்த வழக்குல. அதைத்தான் அவர்கிட்டச் சொன்னேன். அவருக்குச் சரியா புரியலைன்னு நினைக்கிறேன்."

"தாங்க்ஸ் கோவிந்த். அப்புறமா பேசறேன். மிஸ்டர் கிஷன் கோபால் நரேனோட வேலை செய்யும் விஞ்ஞானி. அதனாலதான் ..."

"பரவாயில்லை தீதி. இது பெரிய இடத்து விஷயம். நாங்களும் ஜாக்கிரதையாதான் வேலை செய்வோம். நீங்க *டைம்ஸ் ஆஃப் இந்தியா* பேப்பர்ல ரெண்டு நாள் முன்னால ஆறாம் பக்கத்துல வந்த சின்னச் செய்தியப் பாருங்க. மேல் விவரம் நான் தரேன் உங்களுக்கு."

கோவிந்த் பேச்சை முடித்துவிட்டார்.

அவள் கிஷன் கோபாலுக்கு ஜாமீன் விதிகளை விளக்கினாள். வக்கீலை அணுகுவது எவ்வளவு அவசியம் என்று கூறினாள். ஆராய்ச்சிக் கூடத்தில் அமர்ந்து அதிலேயே மூழ்கிப்போயிருந்த அவருக்கு நடைமுறை விஷயங்களை அணுகுவது மலைப்பாக இருந்தது. எல்லாவற்றையும் மனைவிதான் பார்த்துக்கொள்வார் போலும். முதலாவது, இது சில மாதங்களாவது அலைய வேண்டிய ஒன்று. இரண்டாவது, ஜாமீன் கிடைத்துவிட்டாலும் அந்த வீட்டில் இரு பெண் குழந்தைகள் எப்படி இருக்கப்போகிறார்கள்?

"எந்த ஸ்கூல்ல படிக்கிறாங்க?"

"போதார் ஸ்கூல்."

கொஞ்சம் யோசித்துவிட்டு மதுவைக் கூப்பிட்டாள். போதாரில் ஆசிரியையாக இருப்பவள். தனியாள். கூட இருந்த அம்மா இரண்டு ஆண்டுகளுக்கு முன்தான் போனாள்.

மதுவின் குரல் உற்சாகமாய் இருந்தது.

"என்ன சுதா? என் நினைவு எப்படி வந்தது?"

சுதா விஷயத்தை விளக்கி, போதாரில் விடுதி கிடையாது என்ன செய்வது என்று அவள் அபிப்பிராயத்தைக் கேட்டாள்.

"சுதா, பெண்கள் படிப்பு கெடக்கூடாதுன்னா அவங்க ஒரு குடும்பத்தோட இருக்கறதுதான் சரி. அவங்களுக்குச் சொந்தக்காரங்க யாரும் இல்லையா?"

"இங்க மும்பாய்ல இல்லை போல."

சிறிது மௌனத்துக்குப் பின் மது தயங்கியபடி கூறினாள். "நான் தனியாத்தான் இருக்கேன். பெரிய வீடு. அவங்க என்னோட இருக்கலாம். ஆனால் அவங்களுக்கான ஆயா யாராவது இருந்தால் நல்லது. என்னால் எல்லாம் செய்ய முடியாது."

"கேட்டுச் சொல்றேன் மது" என்றுவிட்டுக் கைபேசியை மூடினாள்.

கிஷனிடம் கூறியபோது இந்த ஏற்பாடு அவருக்குச் சரியாகப் பட்டது. சின்ன வயதில் குழந்தைகளைப் பார்த்துக்கொண்ட ஆயா ஒருவர் உண்டென்றும் அவர் கூப்பிட்டால் வருவார் என்றும் கூறினார்.

அவர் இரவு எல்லா ஏற்பாடுகளையும் செய்துவிட்டு மறுநாள் சனிக்கிழமை காலை மது வீட்டில் குழந்தைகளை விடுவது என்று தீர்மானமாகியது.

அவர்கள் பேசிக்கொண்டிருந்தபோதே அருணாவும் வர, குழந்தைகளும் அவளுடன் ஒட்டிக்கொண்டன.

இதுவரை மௌனமாக இருந்த நரேன், ஓல்ட் மங்க் ரம் பாட்டிலைத் திறந்து மூன்று கிளாஸ்களில் ஊற்றி, குளிர்ந்த நீரைவிட்டு ஐஸ் கட்டிகளைப் போட்டார்.

"நான் காரோட்டணும் நரேன் புாய் ஸாஹேப்" என்றார் கிஷன்.

"ஒரே ஒரு 'பெக்'. ஒன்றும் செய்யாது" என்றார் நரேன்.

நொறுக்குத் தீனிகளை எடுத்துவைத்தாள் சுதா.

மூவரும் மெல்ல அருந்த ஆரம்பித்தனர்.

அருணா உள்ளேயிருந்து வந்து அவளுக்கும் குழந்தைகளுக்கும் பழரசம் தயாரித்தாள். குழந்தைகளோடு அவளும் அவர்களுடன் வந்து உட்கார்ந்துகொண்டாள்.

❍ ❍ ❍

கம்பளங்கள் நெய்யும் பகுதியில் உள்ள குழந்தைகளுக்குக் கல்வியூட்டும் திட்டம் மாலா திட்டம். மிர்ஸாபூர் மற்றும் வாரணாசியில் உள்ள கம்பளங்கள் நெய்யும் பகுதிகளில் ஆறு மாலா திட்டங்கள் செயல்படுகின்றன. ஏழ்மை, குறைந்த மேம்பாடு, கல்வியின்மை இவற்றால் பீடிக்கப்பட்டப் பகுதிகளில் குழந்தைகள் அனைவரும் ஒரு கட்டத்தில் தொழிலாளிகள் ஆனார்கள். இதிலிருந்து அவர்களை விடுவிக்க இத்திட்டத்தைச் செயல்படுத்தியவர் இங்குள்ள கம்பளங்களை உற்பத்தி செய்யும் மிகப் பெரிய கம்பெனியான ஃ. ஹில் அண்ட் கம்பெனியின் உயரதிகாரியான ராபின் கார்லண்ட். 1986இல் குழந்தைத் தொழிலாளிகளை வேலை செய்ய வைப்பது தடை செய்யப்பட்டது. வேலையும் இல்லாமல் வேறு வழியுமில்லாக் குழந்தைகளுக்குக் கல்வியூட்ட உருவாக்கப்பட்டத் திட்டம் மாலா திட்டம். மாணவர்களுக்குக் கற்பிப்பது எளிதாக இல்லை. முதல் தலைமுறை மாணவர்கள் வீட்டில் செய்ய வேண்டிய பாடங்களையும் பள்ளியிலேயே செய்ய வேண்டியுள்ளது. வீட்டிலும் வயலிலும் வேலை செய்தபின் களைத்துப்போய்த்தான் பள்ளிக்கு வருகிறார்கள் மாணவர்கள். ஜூலை முதல் அக்டோபர் வரை கரீப் பயிர்கள் அல்லது மானாவாரி சாகுபடி செய்யப்பட்டு அக்டோபரில் இலையுதிர்காலத்தில் அறுவடைக் காலம் ஆரம்பிக்கும்போது அறுவடை வேலை செய்துவிட்டுத்தான் பரீட்சை எழுத வருவார்கள் மாணவர்கள். அதேபோல அக்டோபரிலிருந்து மார்ச் வரை ரபி பயிர்கள் எனப்படும் குறுவைப் பயிர்கள் சாகுபடிக் காலம். மார்ச் மாதம் அறுவடை வேலை செய்துவிட்டுத்தான் பரீட்சை எழுத வரமுடியும். 2003ல் கூட ஐந்தாம் வகுப்பிலேயே மூன்று திருமணமான பெண் குழந்தைகள் இருந்தார்கள். அதில் ஒருத்தி இரண்டு குழந்தைகளின் அம்மாவான ஒரு விதவை. ஆனால் இன்று திருமணமான ஒரு பெண் குழந்தைகூட பள்ளியில் இல்லை.

மாலா திட்டத்தின் ஆரம்பத்திலேயே உருவான பள்ளி குரியா கிராமத்தில் இருப்பதுதான்.

– தினசரிச் செய்திக் குறிப்பிலிருந்து

ரம் அருந்தியபடி கிஷன் கூறிய தகவல்கள் ஒரு லட்சியக் குடும்பத்தின் வாழ்க்கைச் சித்திரம்போல் இருந்தது. கிஷன்

அனாதை ஆசிரமத்தில் வளர்ந்தவர். விஞ்ஞானியாக உருவாகக் கடினமாக உழைத்தவர். திருமண மையம் ஒன்றின் மூலம் அவர் மாதவியைச் சந்தித்தார். படித்தவள்; பெற்றோர்கள் இறந்துவிட்டனர். பணக்காரி. உடன்பிறந்தோர் இல்லை. வேறு மாதிரி அனாதை அவள். இதை விடப் பெரிய பொருத்தம் எப்படி இருக்க முடியும்? இரண்டு பெண் குழந்தைகள். அவர்களிடம் சற்றுக் கண்டிப்பாக இருப்பாள். கொஞ்சம் கோபக்காரி. ஆனால் அவளைப்போல் திறமையாக வீட்டை நிர்வாகம் செய்பவர் யாரும் இருக்க முடியாது. அதது அதனதன் இடத்தில் இருக்கும். கச்சிதமாக இருக்கும் வீடு.

கிஷனின் குரல் தழுதழுத்தது.

அருணா குழந்தைகளை உள்ளே கூட்டிப்போனாள்.

அந்த வேலைக்காரப் பெண் எப்போது வந்தாள் அவர்கள் வீட்டில் வேலை செய்ய?

ஆறு மாதம் முன்னால்தான். சுறுசுறுப்பான பெண். கொஞ்சம் விளையாட்டுக் குணம் என்றாள் மாதவி. அவருக்கு அந்தப் பெண்ணுடன் அதிகம் பழக்கமில்லை. மாதவி அவரை இதிலிருந்து எல்லாம் விலக்கி எல்லாப் பொறுப்புகளையும் தானே ஏற்றிருந்தாள். எப்படி அந்த வேலைக்காரப் பெண் வேலைக்குச் சேர்ந்தாள் என்றெல்லாம் தெரியாது.

சின்னஞ்சிறு பெண் ஒருத்தியை வேலைக்கு வைத்திருப்பது அவருக்குச் சம்மதம்தானா? பள்ளியில் இருக்கவேண்டியவள். அவர் பெண்களைவிடக் கொஞ்சம்தான் பெரியவள்.

ஏழைப் பெண்ணாக இருக்கும். உ.பி.யிலிருந்து வந்து மும்பாயில் இருக்கும் ஒரு பெண்மணி மூலம் இவள் வேலைக்கு வந்தாள் என்று மாதவி சொன்ன ஞாபகம்.

ஆனாலும் குழந்தைப் பெண். இது குறித்து மாதவியுடன் ஏதாவது பேசினாரா?

அவர் அதிலெல்லாம் தலையிடுவதில்லை. தவறுதான். குழந்தை அவள். ஆனால் மாதவி தவறு செய்யமாட்டாள். ஏதாவது பள்ளியில் சேர்க்கலாம் என்றிருந்திருப்பாள். வீட்டு வேலை செய்துகொண்டே படிப்பவர்கள் உண்டு மும்பாயில். ஒரு நாள் அந்தப் பெண் இவர் அறையிலிருந்த பூகோள உருண்டையைச் சுழற்றிப் பார்த்தபடி இருந்தது. என்ன பார்க்கிறாய் என்று கேட்டதும் தனக்கு உலகம் முழுவதும் சுற்ற ஆசை என்றது. தலையில் தட்டிக்கொடுத்தார். சற்று நின்று அவர் நாஸா போயிருக்கிறாரா என்று கேட்டதும் அவருக்கு ஆச்சரியம்

தாளவில்லை. நாஸா பற்றி எப்படித் தெரியும் என்று கேட்டதும் தான் விஞ்ஞானியாக விரும்புவதாகக் கூறிவிட்டு ஓடிப்போய்த் தன் பள்ளிப் புத்தகப் பையைத் தூக்கிவந்து காட்டியது குழந்தை.

அவள் பெயர் என்ன என்றதும் சற்று யோசித்தார். ஒரு பறவையின் பெயர். ஆமாம், உத்திரப்பிரதேசத்து மாநிலப் பறவை. ஸாரஸ் கொக்கு. ஸாரஸ் அவள் பெயர்.

அதன் பிறகு ஹிந்தியில் எழுதப்பட்டிருந்த மாடம் க்யூரி பற்றிய புத்தகத்தை வாங்கித் தந்தார் அவளுக்கு. மாதவியிடம் கூறவில்லை. அவளுக்கு இதெல்லாம் பிடிக்காது. இது அவள் துறை என்பாள்.

இவ்வளவு புத்திசாலிக் குழந்தை எதற்காகத் தூக்குப் போட்டுக்கொள்ளவேண்டும்? பதினோரு வயசு குழந்தைக்குத் தூக்குப்போட்டுக்கொள்ளத் தெரியுமா?

ஒன்றும் தெரியவில்லை கிஷன் கோபாலுக்கு. பெரிய பெரிய பல்கலைக் கழகங்களில் உயர்மட்ட அறிவியல் குறித்து உரையாற்றுபவருக்கு இதெல்லாம் ஏதோ பிரம்ம சூத்திரம்போல் இருந்தது.

வித்யாசாகர் ராவ்தேயை அழைத்து விளக்கினாள்.

“குருஜி, வக்கீல் தேவை அவருக்கு. நீங்க யாரைச் சிபாரிசு செய்வீங்க?” என்று விசாரித்தாள்.

“ஆனந்த் ஆலுவாலியா இல்லை ரோஹித் லுல்லா சொல்லலாம். அந்த ஸ்ரீதர் ராமனாதனும் நல்ல வக்கீல்தான். நாளைக்கா பெயில் அப்ளிகேஷன் தரணும்?”

“ஆமாம்” என்றதும் “சரி, நான் கூப்பிடறேன்” என்றார்.

சிறிது நேரம் போனதும் ஸ்ரீதர் ராமனாதன் ஒப்புக்கொண்டதாகவும் அவருடன் பேசும்படியும் கூறினார்.

கிஷன் கோபாலை அவருடன் பேசவைத்து சம்பிரதாய உரையாடல் முடிவதற்குள் மணி பத்தாகிவிட்டது. அருணாவின் அறையில் டி.வி. பார்த்தபடி இருந்த குழந்தைகளின் கண்கள் தூக்கத்தில் கிறங்கிக்கொண்டிருந்தன.

நரேனும் சுதாவும் சில முடிவுகளை எடுத்தனர். ஆயாவை ஏற்பாடு செய்து, வக்கீலுடன் பேசி, ஜாமீன் கிடைத்தாலும் கிடைக்காவிட்டாலும் குழந்தைகளை மது வீட்டில் கொண்டு விடுவதற்கான ஏற்பாடுகளைக் கிஷன் செய்யட்டும் மறுநாள். அன்றிரவு குழந்தைகள் இங்கேயே இருக்கட்டும்.

கிஷன் ஒப்புக்கொண்டார்.

சாப்பாடு முடிந்ததும் குழந்தைகளிடம் "இன்னிக்கு இங்கே இருக்கீங்களா? பப்பாவுக்கு நிறைய வேலை இருக்கு" என்றதும் அரைத் தூக்கத்தில் சம்மதித்தார்கள் குழந்தைகள். சின்னவள் மாத்திரம் "மம்மி எங்கே பப்பா?" என்றாள். திடீரென்று ஒரு வேலை வந்ததால் வெளியூர் போயிருப்பதாகச் சொன்னதும் சற்றுக் குழப்பத்தோடு பார்த்தாள். பிறகு தன் அக்காவை ஒட்டி நின்றுகொண்டாள்.

நரேன் கிஷனுடன் அவன் வீடுவரைப் போய்விட்டு வருவதாகக் கூறிவிட்டுக் கிளம்பினான். கிஷனை பயந்துபோன சின்னப் பையன் போல் அவன் பாதுகாப்பதாக அவளுக்குப் பட்டது. கூறவில்லை அவனிடம்.

அவர்கள் கிளம்பியதும் இரண்டு நாள் முந்தைய *டைம்ஸ் ஆஃப் இந்தியா*வைத் தேடி எடுத்தாள். ஆறாம் பக்கத்தில் வலது பக்க 'மெட்ரோ டைஜஸ்ட்' என்று வரும் நகர சம்பவத் தொகுப்புப் பத்தியில் ஒரு செய்தியாக வந்திருந்தது. "சாப்பாட்டுக்கான 'பில்'லைத் தந்த சர்வரைக் கத்தியால் குத்தினார் ஹோட்டலில் சாப்பிட்டவர்" போன்ற செய்திகளுக்கு இடையே இருந்தது. "அந்தேரி மேற்கில் மிகவும் பணக்காரப் பகுதியில் இருக்கும் பதினாறு மாடிக் குடியிருப்பில் வேலை செய்யும் பதினோரு வயதுப் பெண் தற்கொலை. விஞ்ஞானி டாக்டர் கிஷன் கோபால் மற்றும் மனைவி மாதவியின் வீட்டில் வேலை செய்துவந்த உத்திரப்பிரதேசத்தின் குரியா கிராமத்தைச் சேர்ந்த சிறுமி நேற்று தூக்குப்போட்டுக்கொண்டு தற்கொலை செய்துகொண்டாள்."

மேற்கு அந்தேரியின் அந்தப் பகுதி கோவிந்த் ஷெல்கேயின் போலீஸ் ஸ்டேஷனின் கீழ் வருவதுதான். அவள் யோசித்துக் கொண்டிருந்தபோதே கைபேசி ஒலித்தது. கோவிந்த் ஷெல்கே என்றது திரை. சாதாரணமாக இவ்வளவு நேரம் கழித்துக் கூப்பிட மாட்டார்.

"என்ன கோவிந்த்?"

"தீதி, அந்த டாக்டர் கிஷன் கோபால் நம்ம பாய் ஸாஹேபின் நண்பரா?"

"ஆமாம் கோவிந்த். இப்பத்தான் நரேன் அவரோட போனான் அவரைக் கொண்டுவிட" என்றுவிட்டு அன்று மாலையிலிருந்து நடந்ததை விவரித்தாள்.

"தற்கொலைன்னு அவர் நம்பறாரா தீதி?"

“பதினோரு வயசுப் பொண்ணு தற்கொலை பண்ணிக்க முடியுமான்னு எனக்கே சந்தேகமா இருக்கு கோவிந்த்.”

“அதுக்காகத்தான் கூப்பிட்டேன் தீதி. தீதி, உடம்புல சூட்டுக் காயம். ப்ளேடால கீறின காயம் உள் தொடைல... அந்தப் பொண்ணோட அம்மா பாவ்னா அப்படிக் கதறராங்க. அவங்க கிராமத்தைச் சேர்ந்த யாரோ இங்க இருக்காங்களாம். அவங்க சொல்லி இவங்க அனுப்பியிருக்காங்க. வீட்டுல கொஞ்சம் உதவியா வேலை செய்யட்டும்; ஸ்கூல்ல சேர்ப்போம், படிக்கவைப்போம்னு சொன்னதை நம்பி அனுப்பியிருக்காங்க பொண்ணை ...”

“அந்தம்மா என்ன சொல்றாங்க?”

“அவங்க வெளியே போயிட்டு வந்து பார்த்தா இந்தப் பொண்ணு தொங்கிட்டு இருந்துதாம். கூச்சல் போட்டுப் பக்கத்து வீட்டுல இருந்தவங்க வந்து பார்த்தாங்களாம். போலீசுக்குச் சொன்னாங்களாம். தொங்கிட்டிருந்த குழந்தையோட கால் தரைக்கு ரெண்டு இஞ்ச் மேல இருந்துது தீதி. தற்கொலைன்னா ஏதாவது முக்காலி கிக்காலி ஏதாவது இருக்கவேண்டாமா?”

“ம்ம்ம் ...”

“அந்தக் காயம் எல்லாம் கிராமத்துல இருந்து வந்தப்பவே இருந்துதுங்கறாங்க அந்தம்மா.”

“தற்கொலை இல்லைன்னா அவங்க இல்லாதபோது யாராவது வந்து ஏதாவது பண்ணியிருக்கலாம். இல்லையா கோவிந்த்?”

“வேற யார் வந்த தடயமும் இல்லை தீதி. குழந்தை உடம்புலயோ கயிறுலயோ அறையிலயோ வேற வெளியாள் யாரோட கைவிரல் ரேகையும் இல்லை. பில்டிங்ல ஸி.ஸி.டி.வி இருக்கு. எதுவும் அதுல பதிவாகல.”

“அவங்க வீட்டுலயும் அங்குள்ள சாமான்கள்ளயும் இவங்க கைரேகைதானே இருக்கும் கோவிந்த்? தவிர குழந்தை வேலை செய்யறபோது எத்தனையோ தடவை தொட்டிருக்கலாம் அவளை. சும்மா ஒரு பேச்சுக்குச் சொல்றேன். வெளியாள் வேலையா தோணுது கோவிந்த்.”

“இன்னொரு விஷயம் தீதி. அவங்க பாய் ஸாஹேபுக்குத் தெரிஞ்சவங்க என்கிறதால சொல்றேன் உங்ககிட்ட ...”

கோவிந்த் நீண்ட மூச்சு விடுவது கேட்டது.

“உங்ககிட்டச் சொல்லக்கூட முடியலை ... நான் ஒரு போலீஸ்காரன் எனக்கே தாங்கலை போஸ்ட்மார்ட்டம்

ரிபோர்ட்டைப் பார்த்ததும். உடம்புல காயம்னு சொன்னேன் இல்லையா? அப்புறம்... அப்புறம்... தீதி, அந்தக் குழந்தையோட பிறப்புறுப்புல குச்சி வெச்சுக் குத்தியிருக்காங்க..."

"ஐயோ!"

"சின்னக் குச்சி ரெண்டு மூணு இருந்துது உள்ள... வெளியிலிருந்து வர ஆளு குச்சியோட எல்லாம் வர முடியுமா?"

"ரொம்ப அதிர்ச்சியா இருக்கு கோவிந்த்."

"என்ன மாதிரி மனுஷங்க இவங்க தீதி? பாய் ஸாஹேப்கிட்டப் பேசுங்க நீங்க."

"இப்ப வந்ததும் பேசறேன் கோவிந்த். வாட்ஸ்அப்புல உங்களுக்குச் சொல்றேன்."

உரையாடலை முடித்தாள். நரேன் உள்ளே வந்தான்.

"ராத்திரி தனியா இருப்பாரா நரேன்? அவரையும் இருக்கச் சொல்லியிருக்கலாமோ?"

அவள் குரலில் சற்றுக் கிண்டல் தொனித்ததோ என்னவோ நரேன் அவளை உன்னித்துப் பார்த்துவிட்டு, "இல்லை. கொஞ்சம் பதற்றமா இருக்கான். மற்றபடி ஓ.கே. நாளைக்கு நான் லீவு போடவேண்டிவரும். வக்கீலைச் சந்திக்கணும். மாஜிஸ்ட்ரேட்கிட்ட பெயில் அப்ளிகேஷன் தரணும். நீ கூட வருவியா சுதா?"

"கட்டாயம் வருவேன்" என்றுவிட்டு கோவிந்துடன் நடந்த உரையாடலைச் சொன்னாள். நரேன் மௌனமாகக் கேட்டான்.

"இவ்வளவு அப்பாவியா இவர் இருக்கறதே கொஞ்சம் சந்தேகமா இருக்கு நரேன்."

சற்று உரக்கக் கோபமாகச் சொன்னான். "சுதா, ப்ளீஸ் உன் துப்பறியும் கண்ணால எல்லாத்தையும் பார்க்காதே. அவன் என் சிநேகிதன்."

"ஓ.கே. இதுக்காக நமக்குள்ள எதுக்குச் சண்டை? எவ்வளவு வருஷமா உனக்கு அவரைத் தெரியும்?"

"ஒரு பத்து வருஷமா நெருங்கின நண்பர்களா இருக்கோம். யார் வீட்டுக்கும் வர மாட்டான். சங்கோஜப் பேர்வழி. அனாதை பாவம். அந்தம்மா பணக்கார அனாதை. இவன் அனாதை ஆசிரமத்துல இருந்து படிச்சு முன்னுக்கு வந்த அனாதை. ஏதோ சந்தர்ப்பவசமா ரெண்டு பேரும் இணைஞ்சிருக்காங்க. அவ மேல அவ்வளவு மதிப்பும் அன்பும் அவனுக்கு."

"அவ்வளவு பெரிய பணக்காரி அப்படி யாருமே இல்லாத அனாதையா இருக்க முடியுமா நரேன்?"

நரேன் கோபத்தில் முறைத்தான் அவளை.

"சுதா, வர வர நீ யாரையுமே நம்பறதில்லை. எல்லாரையுமே சந்தேகத்தோடத்தான் பார்க்கறே. போதைப் பொருளைக் கண்டுபிடிக்கிற நாய்க்கு அதைத் தவிர வேற எதுவும் தெரியாதும்பாங்க, அது மாதிரி..."

"நீ நேரடியாவே என்னை நாய், ஒரு 'பிட்ச்'னு சொல்லலாம் நரேன்." அவளும் கோபமாகவே பேசினாள்.

நரேன் சட்டென்று தணிந்துபோனான்.

"ஏய் சுதா, கமான், ஸாரி. நான் அப்படிச் சொல்லலை" என்றபடி அணைத்துக்கொண்டான்.

"அவன் ஒரே பயத்துல இருக்கானா எனக்கும் ஒரே டென்ஷன்" என்றான்.

"டென்ஷன்னா என்ன வேணுமானாலும் பேசலாமா?" என்று முணுமுணுத்தாள் சுதா.

நரேன் அவளுக்குப் பிடித்த, பழங்கள், பூக்கள், சிலவகைச் செடிகள் இவைகள் சேர்க்கப்பட்டு வடிகட்டப்படும், உணவுக்குப்பின் அருந்தும் லிக்யூர் எனப்படும் மதுவில் ஆரஞ்சு சேர்க்கப்பட்ட மதுவான கான்த்ரூவை அதற்கான சின்னஞ்சிறு கண்ணாடிக் குவளையில் ஊற்றி எடுத்து வந்தான். அவள் கையில் கொடுத்துத் தன் குவளையை உயர்த்தி, "அமைதி" என்றான்.

அவள் சிரித்தபடி பருக ஆரம்பித்தாள்.

அருணா எட்டிப் பார்த்தாள். "இங்கே ஏதாவது காதல் காட்சியா? நான் வரலாமா?" என்றாள்.

"ஏய், வா, உனக்கும் தரவா?" என்றான் நரேன்.

"வேண்டாம் பப்பா. அம்மா, அந்த ரெண்டு குழந்தைகளும் ஏகத்துக்குப் பயந்திருக்காங்க போல. தூக்கத்துலகூட உடம்பு தூக்கி தூக்கிப் போடுது அவங்களுக்கு."

"பாவம், பழகாத இடம் இல்லையா? ஒண்ணும் புரியவும் இல்லை அவங்களுக்கு" என்றான் நரேன்.

கான்த்ரூ பருகி முடித்ததும் எல்லாவற்றையும் ஒழித்து வைத்துவிட்டுப் படுக்கச் சென்றனர். கோவிந்துக்கு வாட்ஸ்அப்பில் தகவல் அனுப்பினாள்:

–நரேனிடம் பேசினேன். அதிகத் தகவல் ஏதும் கிடைக்க வில்லை. வக்கீல் ஏற்பாடாகிவிட்டது. பெயிலுக்கு முயல்வோம். அந்தேரி மெட்ரொபாலிடன் கோர்ட்தானே?

கோவிந்த் பதில் தந்தார்:

–பாய் ஸாஹேப் மூலம் வக்கீல் என்னைத் தொடர்பு கொண்டார். திந்தோஷி ஸெஷன்ஸ் கோர்ட்டுக்கே போகப் போகிறார்கள். போலீஸ் ரிப்போர்ட் போன்ற தரவுகளை அவரிடம் தருவேன்.

○ ○ ○

கிழக்கு உத்திரப் பிரதேசத்தில் யாரும் அறியா மூலையில் ஜி.டி. தெருவிலிருந்து விலகி, வாரணாசிக்கும் அலஹாபாதுக்கும் நடுவே புழுதி வீசும் சிறு கிராமம் குரியா. விவசாயமும் நூற்பதும்தான் தொழில். கையால் முடிச்சிட்டு நெய்யப்படும் கம்பளங்கள் நூற்கும் தொழிலிலிருந்து குழந்தைத் தொழிலாளிகளை நீக்கி அவர்களுக்குக் கல்வி, மதிய உணவு, சுகாதார வசதி இவற்றைச் செய்யும் மாலா திட்டம் செயல்படுவது இங்குதான்.

ஆரம்பப் பள்ளியில் செருப்பணிந்து வர வேண்டிய அவசிய மில்லை. எந்தக் குழந்தையும் அதன் குடும்பப் பெயரால் அழைக்கப்படுவதில்லை. இதனால் சாதி, சமூகம், வர்க்கம், உடை போன்ற விஷயங்களின் அழுத்தங்கள் பள்ளியில் இருப்பதில்லை.

கிராமத்தினர் இங்கு குழந்தைகளுக்குக் கல்விக்கான வாய்ப்பு கிடைப்பது குறித்து மிகவும் மகிழ்ச்சி அடைகின்றனர். பள்ளியில் பத்து இடங்களுக்கு ஐந்நூறு விண்ணப்பங்கள் வருகின்றன. ஆனால் சிறுமிகளைவிட சிறுவர்களிடமிருந்து அதிக விண்ணப்பங்கள் வருவது சகஜம்.

சில ஆண்டுகளுக்கு முன் சிறு குழந்தைகளுக்காக ஒரு பாலர் பள்ளி துவங்கத் தீர்மானமாகியது. அறிவிக்கப்பட்ட உடனேயே முன்னூறு சிறுவர்கள் வெளியே வரிசையில் நின்றனர். ஒரு சிறுமிகூட வரிசையில் இல்லை. அப்போதுதான் சிறுமிகளுக்கு என்று பிரத்யேகமாக வகுப்பொன்றை அமைக்கும் தீர்மானம் எடுக்கப்பட்டது.

எட்டாம் வகுப்புக்குப் பிறகு அனைத்து மாணவர்களுக்கும் சைக்கிள் தரப்படுகிறது பள்ளிப் படிப்பை விட்டுவிடாமல் இருக்க. சிறுமிகளுக்கென்று விடுதி உருவாக்கப்பட்டிருக்கிறது. மெல்ல மெல்ல குடும்பங்கள் கல்வியின் முக்கியத்துவத்தை உணரத் தலைப்பட்டிருக்கின்றன.

ஆனால் பெண்களைப் பள்ளிக்குத் தொடர்ந்து வரச்செய்வது வெகு சிரமமானதொன்று. வயதுக்கு வந்தபின் பெற்றோர்கள்

மகளின் பாதுகாப்பு குறித்து அஞ்சுகின்றனர். நடுநிலைப் பள்ளிக்குப்பின் பெண்களுக்குத் திருமணம் செய்துவிட முனைகின்றனர் பெற்றோர்.

மாலா திட்டம் ஆசிரியர்களையும் மாணவர்களின் தேவைகளைக் குறித்துப் புரிந்துகொண்டு செயல்படப் பயிற்சி அளிக்கிறது. இங்குள்ள சிறுமிகள் டீச்சராகவும் டாக்டராகவும் விரும்புகின்றனர். சிறுவர்கள் பொறியாளர்களாக விரும்புகின்றனர்.

– தினசரியில் வரும் தகவல்களிலிருந்து

அமர்வு நீதி மன்றத்தில் ஜாமீன் கிடைத்துவிடும் என்று பலத்த நம்பிக்கையுடனிருந்தார் ஸ்ரீதர் ராமனாதன். மிகச் சிறந்த வக்கீல் என்று கோவிந்த்கூடக் கூறியிருந்தார். கோவிந்தின் போலீஸ் ஸ்டேஷன் போலீஸ் அறிக்கையை இறுக்கமாகக் கட்டியிருந்தது. ஜாமீன் வழங்கினால் குற்றவாளி ஏழைப் பெண்ணின் தாயாரை விலைக்கு வாங்க முயற்சிக்கலாம். தடயங்களை அழிக்க முற்படலாம். ஓர் ஏழைப் பெண்ணுக்குக் கிடைக்க வேண்டிய நீதி இதனால் மறுக்கப்படலாம். குற்றவாளியிடம் இன்னும் விவரமாக விசாரணை செய்ய அவர் சிறையில் இருப்பது அவசியம் போன்ற காரணங்களைப் போலீஸ் தரப்பு கூறியது.

ஆனால் ஸ்ரீதர் ராமனாதன் வெகு சுலபமாகத் தன் தரப்பு நியாயத்தை முன்வைத்தார். சமீபத்தில் பிப்ரவரி 2018ல் உச்ச நீதி மன்றத்தின் நீதிபதிக் குழுவின் இரு நீதிபதிகளான மதன் பி. லோகூரும் ஜே. தீபக் குப்தாவும் ஒரு வழக்கில் ஜாமீன் குறித்துக் கூறியதை வலியுறுத்தினார். குற்றம் நிரூபிக்கப்படாதவரை குற்றம்சாட்டப்பட்ட நபர் குற்றவாளி இல்லை என்பதையே நீதிபதிகள் கூறியிருந்தனர். ஜாமீன் மறுக்கப்படுவது இந்திய அரசியலமைப்பின் 21வது ஷரத்து எல்லாப் பிரஜைகளுக்கும் அளிக்கும் கௌரவமாக வாழும் உரிமையை மீறுவதாகும் என்று விளக்கினார். ஜாமீன்தான் பொதுவிதி; சிறை விதிவிலக்குதான் என்று உச்ச நீதிமன்ற நீதிபதிகள் கூறியதை எடுத்துகாட்டி ஏற்கனவே நிறைந்திருக்கும் சிறைகளை மேலும் நிறைக்கக் கூடாது என்றார். மேலும், குற்றம் சாட்டப்பட்டிருப்பவர் பெண். இதுவரை எந்தக் குற்றத்துக்கும் சிறை செல்லாதவர். சமூகத்தில் கௌரவமாக வாழும் ஒருவர். எங்கும் ஓடிப்போக மாட்டார். ஒரு குடும்பப் பெண். எப்போது வேண்டுமானாலும் விசாரணைக்கு உட்படத் தயாராக இருப்பவர்.

பிணையில் மாதவி விடுவிக்கப்பட்டாள். பிணைக்கான அபராதத் தொகையை நீதிபதி ஐம்பதாயிரமாக வைத்ததுதான் போலீஸ் தரப்பின் சிறிய வெற்றி எனலாம். ஆனால் அந்தத்

தொகை கிஷனுக்கும் மாதவிக்கும் பெரிய தொகையாகத் தெரியவில்லை. ஜாமீன் கிடைத்திருந்தாலும் குழந்தைகளை மதுவிடம் விடுவது என்று தீர்மானித்தார்கள்.

அமர்வு நீதிமன்றத்திலிருந்து சுதா தன் வேலையைக் கவனிக்க வீடு திரும்பிவிட்டாள். சனிக்கிழமையானாலும் சில அறிக்கைகளைச் சரிபார்க்கும் வேலை இருந்தது.

வீட்டுக்கு வந்ததும், சமைத்துக்கொண்டிருந்த செல்லம்மாள், அவளிடம் எதுவும் கேட்காமல், லவங்கப்பட்டைத் தேநீரைக் கையில் தந்தாள். "என்ன சுதாம்மா? குழந்தைகள் யாரு? நானீ நானீன்னுட்டு வந்து கட்டிக்கிச்சு ரெண்டும்" என்றாள்.

சுதா சுருக்கமாக விவரங்களைக் கூறியதும் செல்லம்மாள் சிறிது நேரம் மௌனமாக இருந்துவிட்டு "எங்க வீட்டுப் பால்காரர் உ.பி.காரர்தான். அவர் வீட்டுக்கு ஏதோ தூரத்து உறவு வந்திருக்கிறதா ஏதோ பேச்சுல சொன்னாரு. அந்தம்மா பொண்ணு இங்க வேலை பாத்திட்டிருந்ததாம் ஒரு வீட்டுல. செத்துடிச்சாம். இதுவா இருக்குமா சுதாம்மா? பதினோரு வயசுப் பொண்ணு தூக்குப்போட்டுக்குமா என்ன?"

"என்னவோ போங்க செல்லம்மா. கேட்டதுலிருந்து மனசே சரியில்லை. நரேனோட நெருங்கின சிநேகிதரு அவரு. இப்பத்தான் ஜாமீன் கோர்ட்டுக்குப் போயிட்டு வந்தேன்."

"மும்பாய்ல இப்படி வீட்டு வேலைக்குக் குழந்தைகளை வெச்சுக்கறது ரொம்பத் தப்பு சுதாம்மா. படிக்க வேண்டிய பிள்ளைங்க."

செல்லம்மாள் சமையலறை வேலையைக் கவனிக்கச் சென்றாள்.

குளியலறையில் அந்தப் பெண்களைக் குளிக்கவைத்துத் தனக்கு இறுக்கமாகிவிட்ட உடைகளை அணிந்துகொள்ளத் தந்திருந்தாள் அருணா. அப்படியும் பொருந்தவில்லை. தொளதொளவென்றிருந்த உடைகளில் வந்தனர் இருவரும் வெளியே. அவள் கையை விரித்துக் கூப்பிட்டதும் வந்து அவளை அணைத்துக்கொண்டனர் வெட்கத்துடன்.

சிறிது நேரத்தில் நரேனுடன் அவர்கள் பெற்றோர் வந்தனர். சின்னப் பெண் ஓடிப்போய் அணைத்துக்கொண்டாள் அம்மாவை. பெரிய பெண் கொஞ்சம் தள்ளி நின்று பின் அணைத்துக்கொண்டாள். தனக்கு வேலையிருப்பதாகக் கூறி அருணாவையும் நரேனையும் அவர்களுடன் மது வீட்டுக்கு அனுப்பினள் சுதா.

மாதவி சற்றுக் களைத்ததுபோல் இருந்தாலும் தைரியமாகவே இருந்தாள். களையான முகம். பணக்காரக் கர்வம் சற்றுப் பேச்சில் தொனித்தாலும் அதைக் கட்டுப்படுத்திக்கொள்ள முயல்வது தெரிந்தது. அவள் கண்ணால் சொன்ன வேலைகளை கிஷன் உடனே செய்தார்.

"உங்க ஊரே மும்பாய்தானா?" என்று சம்பிரதாயமாகக் கேட்டபோது, "நான் ஜெய்பூர்க்காரி. மும்பாய் வந்து ரொம்ப வருஷமாச்சு" என்று சுருக்கமாகக் கூறினாள்.

"எங்கப்பாவும் ஜெய்பூர்ல ரெண்டு வருஷம் இருந்தார். நான் எம்.ஜி.டில படிச்சேன்" என்றாள் சுதா.

"நானும் எம்.ஜி.டி.தான். பிறகு கனோரியா காலேஜ்ல படிச்சேன்" என்றாள் மாதவி.

"பம்பாய் வந்து எவ்வளவு வருஷம் ஆயிருக்கும்?" என்று சுதா கேட்டதும் நரேன் முகத்தைச் சுளித்தார்.

மாதவி புன்னகைத்தபடி, "பதினைஞ்சு இருபது வருஷம் ஆயிருக்கும்" என்றாள்.

"அப்புறம் 2006ல மாதவி கோயல் மாதவி கிஷன் கோபால் ஆனாள்" என்றார் கிஷன் அவளை அன்பு பொங்கப் பார்த்தபடி.

அவள் வயது இப்போது நாற்பது இருக்கும் என்று தோன்றியது. இருபது வயதிலேயா அனாதை ஆகிவிட்டாள்? பாவம் என்று தோன்றியது.

எல்லோரும் கிளம்பியதும் செல்லம்மாள் கேட்டாள்:

"இதுதான் அந்தம்மாவா சுதாம்மா?"

"ஆமாம்."

"துளிக்கூடக் கலங்கிப்போனதா தெரியலை, பார்த்தீங்களா சுதாம்மா?"

"அவங்க தப்பு செய்யாதபோது ஏன் கலங்கணும்?"

"எத்தனை பெரிய தப்பு பண்ணினாலும் பணக்காரங்க கலங்கமாட்டாங்க" என்று மனோதத்துவம் பேசினாள் செல்லம்மாள்.

செல்லம்மாளைப் பேசவிட்டால் வழக்கையே அலசி தண்டனையும் தந்துவிடுவாள் என்று தெரியும். சுதா எழுந்து தன் அலுவலகப் பகுதிக்குச் சென்றாள்.

கோவிந்தின் அழைப்பு வந்தது.

"நமஷ்கார் தீதி. பெயில் கிடைச்சதுல சந்தோஷம்தானே?" என்றார்.

"எனக்கு என்ன சந்தோஷம் இதுல கோவிந்த்? ஜட்ஜ் பெயில் தந்திருக்காரு."

"இன்னும் விசாரணை நிறைய பாக்கி இருக்கு தீதி. படம் இன்னும் முடியலை."

"அது எனக்கும் தெரியும். பாவம் இந்தம்மாவும் அனாதை கோவிந்த். வேறு கோணத்திலேயும் பாருங்க விஷயத்தை."

"பார்க்காமல் இருப்போமா தீதி? குற்றம் செய்யாத ஒருத்தருக்குத் தண்டனை வாங்கித் தரதுக்கு எங்களுக்கென்ன பைத்தியமா? மீனா அந்தப் பொண்ணோட அம்மாவைப் பார்த்துப் பேசி ஒரே கொதிநிலைல இருக்குறா. உங்களோட பேசப்போறதா சொல்லிட்டிருந்தா."

மீனாபாய் அவர் மனைவி. ஆதிவாசிப் பெண். ஆதிவாசிப் பெண்களுக்காகத் தொண்டு நிறுவனம் ஒன்றை நடத்துபவள்.

"என்கிட்ட ஏன் பேசணும்? நான் என்ன சமூக சேவகியா? வெறும் டிடெக்டிவ்."

"மீனா உங்க தோழியாச்சே? கூப்பிடுவா உங்களை. நீங்களும் எங்களுக்கு உதவணும் தீதி."

முந்தைய தினம் நரேனுடன் நடந்த வாக்குவாதம் பற்றிக் கூறி, "இந்த வழக்கு முடியறதுக்கு முன்னாலே அவன் என்னை டிவோர்ஸ் பண்ணற மாதிரிச் செய்துடாதீங்க" என்றாள்.

கோவிந்த் சிரித்தார். "அப்படிச் செய்ய விடுவோமா பாய் ஸாஹேபை? இந்தத் தம்பி இருக்கறது எதுக்காக?" என்றார்.

○ ○ ○

எப்படியாவது மகளைப் படிக்கவைக்க வேண்டும் என்றுதான் அவ்வளவு கஷ்டப்பட்டுப் பள்ளியில் சேர்த்தாள். பெயர் எதுவும் வைத்திருக்கவில்லை. "ஏ முன்னீ, ஏ கோரி" என்றுதான் எல்லோரும் கூப்பிடுவார்கள். நல்ல சிவப்பு அவள். பள்ளி டீச்சர் அவள் சற்றே நீண்ட கழுத்தைப் பார்த்தோ என்னவோ ஸாரஸ் என்று மாநிலப் பறவையின் பெயரை அவளுக்கு வைத்தார். பாவ்னாவுக்கு ஓரே பெருமை. ஸாரஸ் கொக்கின் படம் வகுப்பில் தொங்கியது வழவழவென்ற காகிதத்தில். அதைத் தொட்டுப் பார்த்தாள்.

மீனா அவளை அன்றே தொடர்பு கொள்வாள் என்று அவள் எதிர்பார்க்கவில்லை. சந்திக்க முடியுமா என்று விசாரித்தாள்.

தஹானுவரை வர முடியாது என்றதும், தஹானுவில் இல்லை இங்கே அந்தேரியில்தான் என்றாள். அந்தேரி கிழக்குப் பகுதியில் இருந்த ஒற்றை அறை குடியிருப்புகள் ஒன்றின் முகவரியைத் தந்தாள். அங்குதான் சுதா முதன்முறையாகப் பாவ்னாவைச் சந்தித்தாள்.

உழைப்பாளி என்பதைக் கூறும் தோற்றம். கச்சலான தேகம். நிறைய அழுதிருப்பாள் போலும். கண்கள் சிவந்து உலர்ந்திருந்தன. முகத்தில் எந்த உணர்வையும் காட்டாத உறைந்த தன்மை இருந்தது.

மீனா அறிமுகப்படுத்தியதும் சுதா அவள் கரங்களைப் பற்றிக்கொண்டாள்.

பாவ்னா தங்கியிருந்த உறவினர் வீட்டுப் பெண்மணி ஒருத்தி சிறு குவளைகளில் தேநீர் கொண்டுவந்து தந்தாள். முந்தைய மாலையில்தான் ஸாரஸின் உடலைத் தகனம் செய்திருந்தனர். அதற்கு முன் உடலை வாங்க மறுத்திருந்தாள் அவள்.

கொஞ்சம் கொஞ்சமாக விவரங்கள் வெளிவந்தன. அதிகம் அழுதிருந்ததாலோ என்னவோ குரல் கரகரத்துப் போயிருந்தது அக்குடும்பத்தில் அனைவருக்கும்.

"நான் விதவை. ஏழை. ஆனால் என் பெண்ணைப் பூ மாதிரி வளர்த்தேன். மாலா திட்டத்து ஸ்கூல்ல என் பெண்ணைச் சேர்த்தேன்..." என்று மெல்லிய குரலில் கூற ஆரம்பித்தாள் பாவ்னா.

"அவளை என்னிக்கும் அடிச்சது கிடையாது ஆன்டிஜி. என்னோட வயல்லயும் வேலை செய்வா. ஸ்கூலுக்கும் போவா. வயசுக்கு வந்தா சுற்றி இருக்கறவங்க கல்யாணம் பண்ணிவைன்னு தொந்தரவு செய்வாங்கன்னு இங்க அனுப்பினேன். நல்ல படிப்பு படிக்க வைப்பாங்கன்னு சொன்னாங்க. வீட்டுல கொஞ்சம்தான் வேலை இருக்கும்னு சொன்னாங்க. இப்படி..." உடைந்து அழுதாள்.

"ஸாரஸ்னு பேர் வெச்சாங்களே அந்த டீச்சர்! அதைப் பிச்சு பிச்சுப் போட்டுட்டாங்களே! ஹே ராம்! ஹே மேரி மா! உன் உடம்புல..."

"மும்பாயைச் சேர்ந்த ஒரு பெண்மணி அங்கு வந்திருந்தபோது பாவ்னாவிடம் நல்லபடி பேசி ஸாரஸை இங்கு கூட்டிவந்தாளாம். ஆறு மாசச் சம்பளப் பணத்தை அட்வான்ஸாகத் தந்தார்களாம். ஆறாயிரம் ரூபாய். ஆறு மாதத்தில் பாவ்னாவை இரண்டு முறைதான் கூப்பிட்டாளாம் ஸாரஸ். இரண்டு முறையும்

சரியாகவே பேசினாள்; ஆனால் முடிவில் "நான் அங்கேயே வந்து படிக்கிறேனே மம்மி" என்றாளாம். முன்பணம் வாங்கிவிட்டதால் ஆறு மாதம் முடிந்ததும் மும்பாய் வருவதாகக் கூறினாளாம் பாவ்னா. மும்பாய் வருவது சுலபமா? ரயிலுக்கு டிக்கட் எடுக்கப் பணம் வேண்டாமா என்று கூறினாளாம். தன் பள்ளி உடையைப் பத்திரமாக வைத்திருக்கும்படிக் கூறினாளாம் ஸாரஸ்.

ஸாரஸைக் கூட்டிவந்த பெண்மணி அதே பகுதியில்தான் இருந்தாள். அவளும் நிலைகுலைந்து போயிருந்தாள். மாதவியும் கிஷனும் குடியிருந்த அடுக்கு வீடுகள் இருந்த குடியிருப்பில் இருக்கும் சௌகிதார்தான் அங்கு வேலை செய்யும் ஒரு பெண்மணியிடம் கூறியிருந்தாராம் வீட்டு வேலை செய்ய சின்னப் பெண் வேண்டும் என்று. அவள் இவளிடம் சொல்ல இவள் ஊருக்குப் போனபோது பாவ்னாவிடம் பேசியிருக்கிறாள். அவளும் அழுதாள். "இப்படி ஆகும்னு தெரிஞ்சிருந்தா கூட்டிட்டு வந்திருக்க மாட்டேனே!"

ஸாரஸின் உடலில் இருந்த காயங்களைச் சொல்லி சொல்லி அழுதாள் பாவ்னா. "ஐயோ, என் செல்லம் எப்படித் தாங்கிக்கிட்டா? கீழ குச்சியால குத்தியிருக்காங்களே... ஹாய்... ஹாய்..." என்று நெஞ்சில் அடித்துக்கொண்டாள்.

"பாவ்னா, இதை யார் செய்தது, வெளியாளா இல்லை அந்த அம்மாவா எதுவும் இன்னும் சரியா தெரியலை. போலீஸ் எல்லாத்தையும் கண்டுபிடிக்கும். அந்த அம்மாவும் அனாதைப் பொண்ணு" என்றாள் சுதா.

"என் தங்கத்தைப் பொட்டலம் கட்டித் தந்தாங்களே ஆன்டிஜி. 'ஸாரஸுக்கு உடம்பு மோசமா இருக்கு. உடனே வா'ன்னுதான் இங்க இருக்கறவங்க சொன்னாங்க. ஸ்கூல் யூனிஃபார்மை எடுத்திட்டு வந்தேன் அதைப் பார்த்தா தேறிடுவான்னு. இங்க வந்த பிறகுதான் அவ இல்லாம போயிட்டான்னு தெரியும். ஸ்கூல் யூனிஃபார்மையும் அவ மேல போட்டு எரிச்சேன் இந்தப் பாவி. 'விஞ்ஞானியா வருவேன் மம்மி' என்றாளே என் ராணி! யார் இதைச் செய்தாங்களோ அவங்க துடிக்க துடிக்கச் சாகணும்! என் சாபம் அவங்களை விடாது..." என்று அரற்றினாள் பாவ்னா.

தனக்குக் கிராமத்தில் ஒரு குடிசையைத் தவிர வேறு ஒன்றுமில்லை என்றாள் பாவ்னா. வழக்கு முடியும்வரை அவள் உறவினர் வீட்டில் இருப்பதென்றும் அதன்பின் மீனாவின் தொண்டு நிறுவனத்தில் அவளுக்கு ஒரு வேலை தரலாமென்றும் ஆதிவாசிச் சிறுமிகளைப் பார்த்தால் அவள் மனம் ஆறும் என்றும்

எல்லோரும் கூடித் தீர்மானித்தனர். மீனாவுக்கும் கோவிந்துக்கும் பத்து வயதில் பெண் இருந்தாள். சாந்தினி. அவளும் பாவ்னா மீண்டுவர மருந்தாக இருப்பாள் என்றாள் மீனா.

வீடு திரும்பியபோது மனம் மூட்டம் போட்டிருந்தது. பாவ்னாவின் கதறல் இன்னும் காதில் ஒலித்தபடி இருந்தது. நரேனும் அருணாவும் திரும்பிய பின்னர் மௌனமாகவே உணவு உட்கொண்டனர். எதுவும் பேசவில்லை. நரேன் மீண்டும் கிளம்பிப் போனான் கிஷனுக்கும் மாதவிக்கும் சற்று நேரம் துணையாக இருக்க.

அருணா சுதாவிடம் கூறினாள்: "அம்மு, மாதவி ஆன்ட்டி ரொம்ப நல்லவங்களா தெரியறாங்க. அவங்க தைரியமா இருக்காங்க. கிஷன் அங்கிள்தான் கலங்கிப் போயிருக்காரு."

"ஹூம்."

கணினியைத் திறந்து மாதவி கிஷன் கோபால் (கோயல்) என்று ஒரு கோப்பை உருவாக்கினாள்.

மாதவி: இப்போது 40 வயது இருக்கும் என்றால் பிறந்த ஆண்டு 1978 என்று எழுதினாள்.

பள்ளிப் படிப்பு: எம்.ஜி.டி. (மஹாராணி காயத்ரி தேவி) பள்ளி.

பள்ளிப் படிப்பு முடிந்திருக்கக்கூடிய ஆண்டு: 1994.

கல்லூரி: கனோரியா கல்லூரி.

கல்லூரிப் படிப்பு முடித்திருக்கக்கூடிய ஆண்டு: 1998.

திருமண ஆண்டு: 2006.

1998–2006 இடையிருந்த ஆண்டுகளில் அவள் மும்பாயில் என்ன வேலை செய்துகொண்டிருந்தாள் அல்லது சொத்திருந்ததால் வேலை செய்யும் அவசியம் இல்லை என்றால் வாழ்க்கையை எப்படி நடத்திக்கொண்டுபோனாள்?

வலை வெளி அகழ்வாராய்ச்சியில் அவள் ஜுஹு தாரா வீதியிலிருந்த இன்னர்வீல் க்ளப்பின் செயற்குழு உறுப்பினராகவும் பின்னர் அதன் உபதலைவராகவும் பிறகு தலைவராகவும் இருந்தாள் என்று தெரிந்தது. இன்னர்வீல் க்ளப்பில் உறுப்பினராவதும் அதில் பதவி வகிப்பதும் ஓர் அனாதைப் பெண்ணுக்குச் சாத்தியமா? பெரிய வக்கீல்கள், டாக்டர்கள், வியாபார உலகின் முக்கிய புள்ளிகள் இவர்களின் மனைவிகள் ஆக்கிரமிக்கும் உலகம் அது. சமூக சேவை, கல்வி, சுகாதாரம் போன்றவற்றில் அதிலுள்ள பெண்கள் தங்களை ஈடுபடுத்திக்கொண்டிருக்கிறார்கள்.

இன்னும் சற்று முனைந்து தேடியபோது ஒரு வைர வியாபாரியின் பெயர் கிடைத்தது. பிரபலங்களின் வீட்டு நிகழ்ச்சிகளைக் கூறும் ஒரு பத்திரிகையின் மூன்றாம் பக்கத்தில் அவர் குடும்பத் திருமணம் ஒன்றில் அவள் புகைப்படம் இருந்தது. அவள் தந்த ஒரு பேட்டியில் அவர் குடும்ப நண்பர் என்றும் தந்தைபோன்றவர் என்றும் தன் பெற்றோர்கள் இறந்த பிறகு தன் குடும்பத்தில் ஒருத்தியாய்த் தன்னை நினைத்த அன்புள்ளம் கொண்டவர் என்றும் கூறியிருந்தாள்.

ஆரம்பத்தில் அவர்கள் வீட்டில்தான் இருந்தாள் போலும். வலை வெளியின் மூலைகளில் சிதறிக்கிடந்த சில குறிப்புகளில் அவள் முகவரி வேறாக இருந்தது. 2004ல்தான் இப்போது இருக்கும் வீட்டை வாங்கியிருக்க முடியும் என்று தெரிந்தது சில விஷயங்களை முடிச்சுப்போட்டபோது. நவ்ரத்தன் அபார்ட்மென்ட்ஸ் என்ற இந்தச் செல்வந்தர்களுக்கான அடுக்குமாடிக் குடியிருப்பு கட்டப்பட்டது 2004ல்தான். அதற்குமுன் அங்கு சிதிலமடைந்த பழைய பங்களா ஒன்று இருந்தது. ஹிந்திப் படங்களின் சில திகிலூட்டும் காட்சிகள் அங்கு படமாக்கப் பட்டிருந்தன.

அந்தத் தந்தையைப் போன்ற வைர வியாபாரி என்ன ஆனார்? இது நடந்ததும் அவர் ஏன் ஓடி வரவில்லை தன் மகள் போன்றவளைக் காப்பாற்ற?

தகவல்களையும் மனத்தில் எழும் கேள்விகளையும் குறித்துக் கொண்டே போனாள்.

ஒரு கட்டத்தில் களைப்பு ஏற்பட்டது. அத்தனைத் தகவல்களும் புதிர்ப்பாதைகள்போல் வெளியேற முடியாதவையாகத் தோன்றின வழக்கம்போல். கோவிந்தும் இந்தத் தேடலைச் செய்திருப்பார். அவரிடம் ஒரு துறையே இருந்தது இந்த வேலையைச் செய்ய.

எழுந்து மின்சாரக் கெட்டிலின் பொத்தானை அவள் அமுக்குவதற்கும் செல்லம்மாள் வருவதற்கும் சரியாக இருந்தது. இவள் லவங்கப்பட்டைத் தேநீரைக் குடிக்க உட்கார்ந்ததும் செல்லம்மாள் இரவு உணவு பற்றி விசாரித்தாள். அன்று சனிக்கிழமை. தேப்லா செய்யும் தினம். வீட்டு வேலைகளைச் செய்ய வரும் மாலு வழக்கமாக அன்றன்றைய இரவு உணவுக்கான சப்பாத்தி மாவைப் பிசைந்து வைத்துவிடுவாள். அவள் மாவு பிசைந்தால்தான் அடுப்பில் போட்டதும் சப்பாத்தி உப்பிவரும். கோதுமை மாவுடன் வெந்தயக் கீரை, கடலை மாவு, ஓமம் இவற்றைக் கலந்து செய்யப்படும் தேப்லா சப்பாத்தி செய்யும் கல்லிலேயே அமுக்கி அமுக்கிச் செய்வது. மாலு மாவு பிசைந்து

வைத்தால் பட்டுப்போல் இருக்கும். குஜராத்திகள் மாதிரி வேறு யார் விதம்விதமாகச் சப்பாத்தி செய்ய முடியும் என்பாள். அன்றும் தேப்லாவுக்கு மாவு பிசைந்து வைத்திருந்தாள் மாலு. விருந்தாளிகள் யாராவது வருவார்களா சோறு கொஞ்சம் வடிக்க வேண்டுமா என்று விசாரித்தாள் செல்லம்மாள்.

“தெரியலை செல்லம்மா. ஏதாவது பண்ணணும்னா நானே செய்துக்கறேன்” என்றாள்.

தேநீர் தயாரித்துத் தேநீர்க் கெண்டியில் ஊற்றி, தனக்கென ஒரு குவளையில் எடுத்துக்கொண்டு, கெண்டியைத் தொப்பியால் மூடி வைத்துவிட்டு, சுதாவின் அலுவலகப் பகுதியில் இருந்த சிறு முக்காலியில் வந்து அமர்ந்துகொண்டாள் செல்லம்மாள்.

“சுதாம்மா, என்ன ஆச்சு அந்தச் சின்னப் பொண்ணு செத்த கேசு?”

“இன்னும் கேசு நடக்குமே செல்லம்மா? போக போகத்தான் தெரியும்.”

“அந்தம்மா கொஞ்சம் சள்ளுசள்ளுன்னு விழுமாம் எல்லார் கிட்டயும்.”

“யார் சொன்னாங்க உங்களுக்கு?”

“அவங்க வீட்டுல முந்தி சமைச்சுக்கிட்டிருந்த அம்மா தமிழ்ப் பொம்பளதான். சரஸ்வதின்னு பேரு. அவங்க சொன்னாங்க.”

“வம்பெல்லாம் நம்பக்கூடாது செல்லம்மா.”

“போங்க சுதாம்மா. பேப்பர்ல வரதெல்லாம் வம்பில்லையா? ஒரு சின்னப் பொண்ணு இப்படிக் கொடுமையா செத்திருக்கு. நீங்கன்னா அந்தம்மா பக்கம் பேசறீங்க.”

“இல்லை செல்லம்மா. அந்தப் பொண்ணோட அம்மாவைப் பார்த்தேன். மனசு கலங்கிடுச்சு.”

“பதினொண்ணு வயசுக் குருத்து பாவம். அந்தக் கோவிந்த்கிட்டச் சொல்லுங்க சுதாம்மா. இந்தம்மா இல்லாட்டா வேற யாருன்னு தெரியணும்” என்று கோபமாகச் சொல்லிவிட்டு எழுந்துபோனாள் செல்லம்மா.

“அந்த சரஸ்வதி வேற என்ன சொன்னாங்க செல்லம்மா?” என்று சமையலறையிலிருந்த அவளிடம் கேட்டாள்.

“அதுதான் வம்புன்னீங்களே?”

“இல்லை, சொல்லுங்க.”

“அதுதான் சொன்னனே? எரிஞ்சு விழுமாம் எல்லாத்துக்கும். வீட்டுச் சாமானத்த எல்லாம் பார்த்துட்டே இருக்குமாம். இதைத் திருடினியா அதைத் திருடினியான்னு கேட்டுட்டே இருக்குமாம். ‘மூணு கிலோ சர்க்கரை வாங்கினேன். குறைஞ்ச மாதிரி இருக்கே? திருடினியா?’ன்னு நேரடியா கேக்குமாம். கொண்டு வந்த பையைச் சோதனை போடுமாம். அந்த வீட்டு ஐயாகிட்ட ஒரு வார்த்தை ஏதாவது பேசிட்டா, ‘ஏன் பேசினே?’ன்னு பாயுமாம். அவர் முன்னாடி அப்படியே தேவதை மாதிரி இருக்குமாம். அவரும் அப்படி மாதவி மாதவின்னுட்டுக் குழைவாராம் போல. எந்தப் புத்துல எந்தப் பாம்பு...”

அருணா உள்ளறையிலிருந்து வருவதைப் பார்த்து நிறுத்தினாள் செல்லம்மாள்.

“தன் கோப்பையில் தேநீரை ஊற்றிக்கொண்ட அருணா, “என்ன சொல்லிட்டிருந்தீங்க செல்லம்மா?” என்றாள் ஹிந்தியில்.

“உனக்கு ஒண்ணுமில்ல. உனக்கு என்ன வேணும் ராத்திரி? பன்னீர் பண்ணட்டுமா இல்ல ஸிம்லா மிர்சி மசாலா அடைச்சி செய்யவா?”

“செல்லம்மா நான் என்ன குழந்தையா? பேச்சை மாத்தறீங்களே? தமிழ்ல என்ன பேசிட்டிருந்தீங்க?”

செல்லம்மாள் சிரித்தாள். ”நீ எனக்குக் குழந்தைதான். என்னோடு லாட்லி பேட்டீ (செல்லப் பொண்ணு). டீ குடி போ. இந்தா பிஸ்கெட் டப்பா.”

அருணா டி.வி.யைப் போட்டுவிட்டு ஸோபாவில் அமர்ந்து கொண்டாள். அவள் கைபேசி ஒலித்தது. எடுத்து, “ஹலோ அஜோபா” என்றதும் வித்யாசாகர் ராவ்தேயின் அழைப்பு என்று தெரிந்தது. நாடக நிகழ்ச்சியொன்று பற்றிப் பேசினார்கள் போலும். மராட்டி நாடகங்களுக்கு அருணாவுடன் போக அவருக்குப் பிடிக்கும்.

“ப்ருத்வியில எத்தனை மணிக்கு அஜோபா?” என்று கேட்டாள் அருணா.

அருணா ராவ்தேயிடம் பேசுவதைக் கேட்டு, அவள் பேசி முடித்ததும் தனக்குத் தரும்படிச் சைகையில் கேட்டாள் சுதா.

அருணா அவளிடம் தந்ததும், “என்ன குருஜி, மராட்டி நாடகமா?” என்றாள்.

“ஆமாம்” என்றுவிட்டு “என்ன வேலை நடந்துட்டிருக்கு?” என்றார்.

"வழக்கமான வேலைதான்" என்றுவிட்டு முந்தைய இரவு பேசிய சிறுமியின் தற்கொலை வழக்குக் குறித்துக் கூறி தான் மாதவி பற்றி வலையிலிருந்து பெற்ற தகவல்களைக் கூறினாள். "குருஜி, அப்படி அப்பாமாதிரி இருந்த அந்த வைர வியாபாரி இப்ப ஏன் வரலை?" என்று கேட்டாள்

"அவர் பெயர் சுசீல் அகர்வாலா?"

"ஆமாம்."

"எப்படி வருவார்? 2004ல வரி ஏய்ப்பு கேசுல தப்பிச்சுப் போய் அவர் ஹாங்காங்ல இல்ல இருக்கார்?"

"ஓ."

"கோவிந்த் ரொம்பத் திறமையான போலீஸ்காரர்தான். ஆனால் இந்தக் கேஸ்ல ஒண்ணும் செய்யமுடியாது."

"ஏன்?"

"நிரூபிக்கிறது ரொம்பக் கஷ்டம். ரொம்பப் புத்திசாலிக் குழந்தைக்கு தூக்குப்போட்டுக்கவும் தெரியலாம். தாழ இருந்த உள் சன்னல் கம்பிலதானே அந்தப் பொண்ணு தூக்குப் போட்டுக்கொண்டது? அவளுக்கு எட்டற உயரம்தானே? முக்காலி தேவையில்லையே? வெளி ஆளு வரபோது ஸி.ஸி.டி.வி. வேலை செய்யாம இருந்திருக்கலாம். அதனால வெளியாள் வரவே இல்லைனு சொல்ல முடியாது. எந்தவிதத் தப்பும் செய்யாதவங்கள கொலைகாரின்னு நிரூபிக்க எப்படி முடியும்? கோவிந்த் அவசரப்பட்டுவிட்டார்."

"குழந்தை உடம்புல இருந்த காயம் எல்லாம்...?"

"பாரு சுதா, மன அழுத்தத்துல இருக்கற குழந்தை தன்னையே தாக்கிக்கும், கீறிக்கும் அப்படின்னு இன்னிக்குப் பேப்பர்ல வந்திருக்கு. இன்னொரு விஷயமும் இருக்கு."

"அதையும் சொல்லிடுங்க இவ்வளவு சொன்ன பிறகு."

"ஒரு ஏழைக் குழந்தையோட சாவு மும்பாய்ல யாருக்கும் எந்தவிதப் பாதிப்பையும் ஏற்படுத்தாது. குடிச்சிட்டுக் காரோட்டி நடைபாதையில படுத்திருக்கறவங்க மேலே ஏத்திக் கொன்னவங்களுக்கெல்லாம் ஒண்ணும் ஆகலை இங்க. இந்த மாதிரி ஏழைக் குடும்பங்களை விலை குடுத்து வாங்கிடுவாங்க. பெரிய இடத்துப் பரபரப்பான கேஸ்தான் பத்திரிகைக்குத் தீனி போடற கேஸ்."

மௌனமாயிருந்தாள்.

"என்ன? உடனே எதிர்மறையா பேசறேன்னு கோவமா? இத பாரு. நான் அந்தம்மாவோட வக்கீலா இருந்தா இப்படித்தான் யோசிப்பேன்" என்றுவிட்டுச் சிரித்தார்.

கோவிந்த் ஷெல்கே எப்படி இதை எதிர்கொள்ளப்போகிறார் என்று மலைப்பாக இருந்தது. நாஸா போக விரும்பிய அந்தச் சின்னஞ் சிறு பெண்ணின் சாவு மூடப்பட்டக் கோப்பாகிவிடுமா?

O O O

முதலில் அது பயமுறுத்தச் செய்யப்பட்ட மிரட்டல் என்றுதான் நினைத்தாள். சப்பாத்தி டப்பா கையிலிருந்து விழுந்து, செய்த எல்லாச் சப்பாத்திகளும் தரையில் சிதறியபோதுதான் அது வெறும் பயமுறுத்தல் இல்லை என்று தெரிந்தது. இரும்புக் கரண்டியை அடுப்பில் போட்டபோதுதான் பயம் வந்தது. அதை உடலில் இழுத்தபோது வலி உயிர் போயிற்று. அப்பா இல்லாத பெண் அவள். அம்மாவை வாய்விட்டுக் கூப்பிட்டுக் கத்தினாள். "மா ஆ ஆ........." அம்மாவிடம் ஃபோனில் பேசியபோது எதுவும் சொல்ல முடியவில்லை. அம்மா திரும்ப திரும்பச் சொன்னாள்: "உன் ஆசையெல்லாம் நிறைவேறும். இந்த அம்மாவால என்ன செய்ய முடியும்? எதிர்த்துப் பேசாதே."

"மா, இங்க..."

"புது இடத்துல அப்படி இப்படித்தான் இருக்கும். நீ குழந்தையா? பொறுமையா இரு. நாம ஏழைங்க. பொறுத்துத்தான் போகணும்..."

மாலை வெகு நேரம் கழித்துத்தான் நரேன் திரும்பி வந்தான். களைத்திருந்தான். மறு நாள் விசாரணைக்கு அழைக்கப்பட்டிருந்தாள் மாதவி. 'இன்னர்வீல் க்ளப்பில் எல்லாம் இருந்தவளுக்குத் தோழிகள் இல்லையா என்ன? ஒருவர் கூட வந்து விசாரிக்கவில்லையே? சுசீல் அகர்வாலின் பெயர் கெட்டுப் போனதும் இவளையும் ஒதுக்கிவிட்டார்களா என்ன' என்று நினைத்துக்கொண்டாள். நரேனிடம் அவளுக்குத் தெரிந்தவர்கள் வேறு யாரும் இல்லையா யாருமே வரவில்லையே என்று கேட்டபோது அப்படியில்லை என்றான் நரேன். இரண்டொரு பெரிய இடத்துப் பெண்கள் வந்திருந்தார்களாம் அவளுக்கு ஆறுதல் கூற. கோவிந்த் இப்படியே நடந்துகொண்டால் அவரை வேறு எங்காவது மாற்றிவிடுவார்கள் என்றார். இந்தப் பெண்களுக்கு உயர் மட்டத்தில் பலரைத் தெரியும். அந்தச் சிறுமியுடைய அம்மாவைப் போய்ப் பார்க்கப்போகிறார்களாம். அவள் தங்கும் இடம் தெரிந்துவிட்டதாம்.

சாப்பாடு எல்லாம் முடிந்து இரவு வெகு நேரம் சென்றபின்தான் மதுவிடமிருந்து அழைப்பு வந்தது.

ஸாரஸ் பறவை ஒன்றின் மரணம்

"என்ன மது? ஸாரி, பெரிய பொறுப்பைக் குடுத்திட்டேன் உனக்கு. கொஞ்சம் இக்கட்டான நிலைமை. அதனாலதான். மாதவிக்கும் அவங்களைப் பிரிஞ்சிருக்கிறது கஷ்டம்தான். அவங்களுக்கும் வேற நிறைய சிநேகிதிங்க உண்டு. நீ அதே ஸ்கூல்ல இருக்கறதுனாலதான் உன் பேரைச் சொன்னேன். ஏதாவது பிரச்சினையா?"

"நீயே பேசிட்டுப் போனா எப்படி?" என்றுவிட்டுச் சிரித்தாள். "ஒரு பிரச்சினையும் இல்ல. சமத்துக் குழந்தைங்க. சின்னது கொஞ்சம் அம்மா செல்லம்போல. கொஞ்சம் ஏக்கம் தெரியுது. தூங்கிட்டாங்க ரெண்டு பேரும். பெரியவ பூர்ணிமா ரொம்பத் தொட்டாச்சுருங்கி ரகம் போல. எதைச் சொன்னாலும் முகம் வாடிப்போயிடுது. அப்புறம் வந்து, "டீச்சர், மம்மிகிட்டச் சொல்லாதீங்க"ன்னு சொல்றா. அவங்கம்மா ரொம்பக் கண்டிப்பு போல. ரொம்பப் பயம் இருக்கு. "மம்மி உன்னைத் திட்டுவாங்களா?"ன்னு கேட்டேன். "இல்ல, இல்ல மம்மி திட்டமாட்டாங்க"ன்னு சொன்னா உடனே. சில சமயம் இந்த மாதிரி ஸென்ஸிடிவ் ஆன குழந்தைகள் ஒரு அடி அடிச்சாகூட பயந்துடுவாங்க. அவங்கம்மா எப்பவாவது அடிச்சிருப்பாங்களோ என்னவோ? தூக்கத்துலகூடத் தூக்கி தூக்கிப் போடுது குழந்தைக்கு. அந்த ஆயா நல்லா பார்த்துக்கறாங்க."

"நாளைக்கு ஞாயிற்றுகிழமையானாலும் மாதவியை விசாரணைக்கு வரச் சொல்லியிருக்காங்க. ஒரு வேளை உனக்கு ஏதாவது வேலைன்னா சொல்லு. நான் அங்கே வரேன்."

"சரி சொல்றேன். அவசியம் இருக்காது. அந்த ஆயா இருக்காங்களே? சும்மா எல்லாம் சரியா போயிட்டிருக்குன்னு சொல்லத்தான் கூப்பிட்டேன். குட் நைட்."

தூக்கம் வராமல் அமர்ந்துகொண்டிருந்தாள் சுதா. அவளால் புரிந்துகொள்ள முடியாத ஒன்று மனத்தில் புழுபோல் நெளிந்து கொண்டே இருந்தது.

மணியைப் பார்த்தாள். பதினொன்று. ஜெய்பூரில் பூஜா இன்னும் தூங்கியிருக்கமாட்டாள். ஏதோ ஓர் எண்ணத்தால் உந்தப்பட்டு அவளை அழைத்தாள். "என்ன சுதா, என் ஞாபகம் எப்படி வந்தது? என் பிறந்தநாள் அடுத்த மாசம்தானே?" என்று கேட்டுச் சிரித்தாள்.

"பூஜா, இல்லை. வேற விஷயமா கூப்பிடறேன். தொந்தரவு இல்லையே?"

"இல்லவே இல்லை."

"பூஜா, உன் தங்கை தமயந்தி 1994ல எம்.ஜி.டி.லருந்து பாஸ் பண்ணினா இல்லையா?"

"ஆமாம்."

"இப்போ தமயந்தி எங்க இருக்கா?"

"ஜோத்பூர்ல ஏன்?"

"மாதவி கோயல்னு ஒரு பொண்ணு அவள்கூடப் படிச்சாளான்னுட்டுக் கேட்கறியா?"

"அவள் வாட்ஸ்அப்ல இருக்கா. நீயே கேளேன்" என்றுவிட்டு அவள் எண்ணை அனுப்பினாள்.

தமயந்தியை எப்போதோ பார்த்தது அவள் திருமணத்தின் போது. நினைவிருக்குமா?

– நான் சுதா குப்தா. நினைவிருக்கிறதா? இப்போது பேசலாமா?" என்று ஆங்கிலத்தில் செய்தி அனுப்பினாள்.

உடனே பதில் வந்தது.

– டிடெக்டிவ் தீதிதானே? என்ன விஷயம்?

– நீ எம்.ஜி.டியில் படித்தபோது உன்னுடன் படித்த அல்லது ஒரு வகுப்பு மேலேயோ கீழேயோ இருந்தவர்களை நினைவிருக்குமா உனக்கு?

– கட்டாயம் தீதி. எம்.ஜி.டி.யில் நிறைய வகையில் நாங்கள் மற்ற வகுப்புப் பெண்களுடன் நிறைய விஷயங்களைச் செய்தோம்.

– மாதவி கோயல் என்ற பெண்ணைத் தெரியுமா?

– மாதவி கோயலா? நினைவுக்கு வரவில்லை. இன்னொரு கோயல் இருந்தாள்.

உடன் ஒரு பள்ளிப் புகைப்படத்தை அனுப்பினாள் விளக்கத்துடன்.

– முதல் வரிசையில் இடது பக்கம் முதல் பெண்தான் எனக்குத் தெரிந்த கோயல் பெண். நளினி கோயல்.

நளினி கோயல் சிறு வயது மாதவிபோல் இருந்தாள். அதே மென்மையான மலர்ந்த முகம்.

– தமயந்தி, இவள்தான் என்று நினைக்கிறேன். இவளைப் பற்றி வேறு விவரம் தெரியுமா?

– இவள் அப்புறம் என்னோடுதான் கனோரியா காலேஜில் படித்தாள். எனக்கு நன்றாக நினைவிருக்கிறது. காரணம்

பெரிய பணக்காரி. காரில்தான் வருவாள் காலேஜுக்கு. தவிர எல்லோரையும் திடுக்கிடவைத்த அந்த 1998 வரதட்சிணை வழக்கில் இவள் குடும்பமே ஜெயிலுக்குப் போனது மறக்கவில்லை.

– என்ன வழக்கு அது?

தமயந்தி விவரமாகக் கூற ஆரம்பித்தாள்.

○ ○ ○

யாருக்கும் காண்பிக்க முடியவில்லை காயங்களை. சூடுகள், கத்தி அல்லது ப்ளேடு கீறல்கள். முதலில் தண்டனை பிறகு மருந்துபசாரம். அக்கம் பக்கத்திலிருந்து யாராவது வந்தால் 'பாருங்கள், வேலை செய்யத் தெரியவில்லை' என்ற விளக்கம்.

தூங்கும்போது யோனியில் ஏதோ இறங்கியது மகாவலியுடன்.

கழுத்தை ஏதோ நெருடியது. கயிறு. இரு பக்கங்களிலிருந்தும் யாரோ இழுப்பது போலிருந்தது. மூச்சை ஏன் அடைக்கிறது? ஒரு கரும் நிழல் கனத்த மெத்தையாய் அழுத்தியது. பொறுமை ... அம்மா முகம் தெரிந்தது ...

இவ்வளவு வருடங்களுக்குப் பிறகும் விவரங்கள் துல்லியமாக நினைவில் இருந்தன தமயந்திக்கு. கடகடவென்று எழுதிக்கொண்டு போனாள்.

–அவளுடைய அப்பா ஒரு வைர வியாபாரி. பெரிய பணக்காரர்கள். ரவிசந்த் கோயல். அவளுடைய அம்மா வீணா கோயல். இங்கு ஜெய்பூரில் நல்ல பெயர் அவர்களுக்கு அப்போது.

– அண்ணன் ஒருவர் இருந்தார். அவர் இந்த வியாபாரத்தில் இல்லாமல் கல்வித் துறையில் இருந்தார். பேராசிரியர். இங்கே ஜெய்பூரில் ஒரு காலேஜில்தான்.

– அங்கேயே விரிவுரையாளராக இருந்த மஞ்சுளா என்ற பெண்ணைக் காதலித்து ரிஜிஸ்டர் கல்யாணம் நடந்த பிறகுதான் அவர்களிடம் சொல்லியிருக்கிறார். அவர்களுக்குச் சமூகத்தில் மூக்கு உடைபட்டதுபோல் ஆகிவிட்டது.

– ஒரே பிள்ளையை ஒரேயடியாக எதிர்க்கவும் முடியவில்லை. அவர் ஏதோ கருத்தரங்குக்கு வெளிநாடு போனபோது மூன்றுபேரும் சேர்ந்து அவளைக் கொன்றுவிட்டார்கள். அப்படித்தான் பேப்பரில் வந்தது.

– ரொம்பத் துரிதமா நடந்த வழக்கு அது. ரவிசந்த், வீணா இரண்டுபேருக்கும் ஆயுள் தண்டனை. அவர்கள் சிறைக்குப் போகும் முன்னாலேயே மோதிரத்தில் இருந்த வைரத்தை

விழுங்கிச் செத்துவிட்டார்கள். இவளை வழக்கில் இருந்து விடுவித்தார்கள்.

– அப்புறம் குடும்ப நண்பர் ஒருவர்தான் இவளுக்குக் கார்டியனாக இருந்தார் என்று சொல்கிறார்கள். அப்புறம் இவள் ஜெய்பூரில் இல்லவே இல்லை. இங்கே இருந்த சொத்தையெல்லாம் விற்றுவிட்டாள் என்கிறார்கள்.

– அது பெரிய கதை தீதி.

– அண்ணா என்ன ஆனார்?

– அவர் வெளிநாடு போய்விட்டார் என்கிறார்கள்.

– அந்த மஞ்சுளா எப்படி இறந்தாள்?

– அவளைத் தினம் துன்புறுத்தியிருக்காங்க அம்மாவும் பெண்ணுமாய். அவள் கணவரிடம் சொல்லாமல் இருந்திருக்கிறாள்.

– கம்பளிச் சட்டை பின்னும் ஊசியால் குத்தியிருக்காங்க அவள் வயிற்றில் பிள்ளை இருக்கிறது என்று தெரிந்ததும்.

– கழுத்தில் கயிற்றை இறுக்கிக் கொன்றிருக்கிறார்கள். அப்புறம் தொங்கவிட்டுத் தற்கொலை என்று சாதித்தார்களாம்.

– தீதி, ஏழை மருமகள் என்றால் இப்படியா கொடூரமா இருப்பாங்க? எனக்கு மறக்கவே இல்லை.

– தேங்க் யூ தமயந்தி. இரவு வேளையில தொந்தரவு செய்துவிட்டேன்.

– நாட் எட் ஆல் தீதி. எனி டைம்.

உடனே கணினியைத் திறந்து 1998 வழக்கு விவரங்களைத் தேடினாள். கிடைத்தன. மஞ்சுளாவின் கணவன், மாதவியின் அண்ணன், *ராஜஸ்தான் பத்ரிகா*வில் தன் மனைவி பற்றிக் கூறியிருந்தது மனத்தை உருக்கியது:

“அவள் கனவில் கூட நினைக்கவில்லை தான் கல்லூரியில் விரிவுரையாளராக இருப்பது அவர்களுக்குப் பிடிக்காமல் போகும் என்று. அப்பா இல்லாத பெண் அவள். மாமாவால் வளர்க்கப்பட்டவள். அவர் ஹெட்மாஸ்டர். எப்போதும் கையில் பிரம்பு இருப்பதுபோல்தான் நடந்துகொள்வார் என்று சொல்லியிருக்கிறாள். சிரித்தால் முறைப்பார். ஏதாவது ஒரு பாடத்தில் மதிப்பெண் குறைந்துவிட்டால் கையில் விளக்குமாற்றைத் தருவார். ‘இனிமேல் நீ வீட்டைக் கூட்டு. அதுதான் உனக்கு ஏற்ற வேலை’ என்பார். அவள் அழாமல் தூங்கிய இரவுகள் குறைவு. நான் அவளைக் காதலிப்பதாகக்

கூறியதும் அவள் முகத்தில் ஒரு வெட்கப் புன்னகை தோன்றியது. மெல்ல மெல்ல ஒளி கூடும் விளக்கைப்போல முகம் விகசிக்கத் தொடங்கியது. எப்படி நான் அவளைக் கொன்றவர்களை என் பெற்றோர்கள் என்பேன்? அதில் பங்கேற்றத் தங்கையை எப்படி மன்னிக்க முடியும்? என் தேவதையைக் கொன்ற அரக்கர்கள் இவர்கள்...”

தமயந்தியுடன் தன் உரையாடலையும் வலைத்தளத் தகவல்கள் அடங்கிய கோப்பையும் வழக்கு குறித்த தினசரிச் செய்திகளுக்கான இணைப்புகளையும் கோவிந்துக்கு வாட்ஸ்அப் மூலம் அனுப்பினாள்.

ஐந்தே நிமிடங்களில் பதில் வந்தது.

—நன்றி. மிக்க நன்றி. மாதவியின் மும்பாய்ப் பின்னணி பற்றி நானும் தகவல்கள் சேகரித்திருந்தேன். நான் இந்தத் திசையில் திரும்ப யோசித்திருந்தேன். நீங்கள் முந்திக்கொண்டுவிட்டீர்கள்.

—நீங்கள் ஷெர்லாக் ஹோம்ஸ் என்று கிண்டல் செய்யும் வித்யாசாகர் ராவ்தேயின் மாணவி நான். கோவிந்த் ஷெல்கேயின் தீதி கூட.

சுதா பதிலளித்ததும் பெரிய இதயக்குறி ஒன்று அதற்குப் பதிலாக வந்தது ஷெல்கேயிடமிருந்து.

❍ ❍ ❍

மேரி ப்யாரி மம்மி,

நான் நல்லா இருக்கேன். உன் ஞாபகம் வருது. ராத்திரி உன்னை நினைக்கறப்போ அழுகை வருது. மம்மி, இங்க சாப்பாடு நல்லா இல்லை. சூடா சமைக்கறதை எனக்குத் தரமாட்டாங்க. மம்மி, நான் பால் கொட்டிட்டேன். சூடு போட்டாங்க. ஆன்டிஜி திட்டறாங்க. அங்கிள் எனக்குப் புஸ்தகம் வாங்கித் தந்தார். அதுக்கு ப்ளேடால கீறினாங்க. வலிச்சுது. ராத்திரி எச்சிலைத் தொட்டு அது மேல தடவினேன்.

மம்மி, நான் அங்க வரவா? நான் நிறைய வேலை செய்வேன் மம்மி. உனக்குத் தொந்தரவே தர மாட்டேன். ஸ்கூல் போகணும் மம்மி. படிக்கணும். நான் கல்பனா சாவ்லா மாதிரி ஆஸ்ட்ரோநாட் ஆவேன் மம்மி. ஆஸ்ட்ரோநாட்னா ராக்கெட்ல போறவங்க. நான் ராக்கெட்ல போறபோது அவங்க அனுமதி வாங்கி உன்னையும் கூட்டிட்டுப் போவேன். ராக்கெட் ரொம்ப ரொம்ப மேலே பறக்கும் மம்மி.

மம்மி, உன் மடியில படுத்துக்க ஆசையா இருக்கு. நான் அங்க வந்த பிறகு வாசல்ல உன் மடியில படுத்துட்டு

நட்சத்திரங்களைப் பார்க்கணும் மம்மி. அந்த நன்ஹி கலி ஸோனே சலி பாட்டு பாடுவியா மம்மி? அப்போ நான் நல்லாத் தூங்குவேன் மம்மி. இங்கே தூக்கம் வரமாட்டேங்குது.

– உன் ப்யாரி பேட்டீ ஸாரஸ்

மறு நாள் நரேன் கிஷனுடனும் மாதவியுடனும் சென்றான் மாதவிக்குப் பக்கபலமாக இருக்க. நரேனிடம் எதையும் சொல்ல முடியவில்லை. சொல்லியிருந்தாலும் அவன் நம்பியிருப்பானா என்று தெரியவில்லை.

ஞாயிற்றுக்கிழமையின் மற்ற வேலைகளைக் கவனிக்க உட்கார்ந்தபோதுதான் மதுவின் அழைப்பு வந்தது. ஆயா லீவு எடுத்திருப்பதாகவும் ஓர் இரண்டு மணி நேரம் வர முடியுமா என்றும் கேட்டாள். அருணாவிடம் கூறிவிட்டு வண்டியை எடுத்துக்கொண்டு கிளம்பினாள்.

வில்லெபார்லே போனதும் மது கிளம்பத் தயாராக இருந்தாள். அவளை அனுப்பிவிட்டு, குழந்தைகளுடன் கதை பேசினாள். பிறகு லூடோ விளையாட உட்கார்ந்தாள். அது அலுத்ததும் பாடச் சொல்லிப் பதிவு செய்தாள். ஸ்வர்ணிமாவின் கண்கள் சொக்க ஆரம்பித்தன. அவளுக்கு அவசரமாக உணவளித்துவிட்டு படுக்கையில் மெல்லப் படுக்கவைத்தாள்.

பூர்ணிமா அவளைச் சுற்றி சுற்றி வந்தாள். அவள் டீச்சர் பற்றி, பள்ளி பற்றி எல்லாம் பேசியதும் சகஜமாகப் பேச ஆரம்பித் தாள். திடீரென்று அவள்மேல் சாய்ந்துகொண்டு, “ஆன்ட்டி, நாங்க இங்கியே மது டீச்சர் கூடவே இருக்கலாமா?” என்றாள்.

“பூர்ணிமா ஸ்வர்ணிமா இல்லாமல் மம்மி பப்பா எப்படி இருப்பாங்க?” என்றாள்.

பூர்ணிமாவின் வாய் சற்றுக் கோணியது.

அடுத்து அவள் திக்கிக்கொண்டு கூறியதைக் கேட்டதும் சுதாவின் முதுகுத்தண்டு ஜில்லிட்டுப்போயிற்று. சொன்னபின் குழந்தை ஏதோ சுமையை இறக்கி வைத்ததுபோல் சுதாவின் மடியில் தலைவைத்துப் படுத்தாள்.

அன்று பூர்ணிமாவும் ஸ்வர்ணிமாவும் சற்றுச் சீக்கிரம் வந்துவிட்டனர். மம்மி மதியம் கொஞ்சம் தூங்குவாள். மம்மிக்குத் தலைவலி வரும். அது பேர் மைக்ரேன். அதனால் வாயில் மணியை அணைத்துவிடுவாள் சத்தம் வரக்கூடாதென்று. கதவு உட்பக்கம் பூட்டியிருக்காது. வந்தவுடன் சத்தம் போடாமல் உள்ளே போகவேண்டும் என்பது அம்மாவின் உத்தரவு. ஸ்வர்ணிமா உள்ளறைக்கு ஓடிவிட்டாள். வேறு அறையிலிருந்து

மம்மியின் குரல் கேட்க, பூர்ணிமா வெளியே நின்று எட்டிப் பார்த்தாள் உள்ளே. "லிப்ஸ்டிக் கேக்குதா உனக்கு?" என்று மம்மி ஸாரஸை அடித்துக்கொண்டிருந்தாள். அடித்தபடியே அவளைக் கீழே தள்ளி அவள் ஸ்கர்ட்டைத் தூக்கிக் குத்தினாள். ஸாரஸ் "இனிமேல் மாட்டேன் ஆன்ட்டிஜி" என்று கத்திக்கொண்டு இருந்தாள். திடீரென்று பல் குத்தும் குச்சி இருந்த டப்பாவைத் திறந்து ஸாரஸின் ஜட்டியைக் கீழே இழுத்து குச்சியால் குத்த ஆரம்பித்தாள். எங்கு குத்துகிறாள் என்று பூர்ணிமாவுக்குப் புரியவில்லை. ஸாரஸ் "மம்மீ..." என்று ஒரு முறை கூவினாள். அதன்பின் கத்தவில்லை. மம்மி அவளைப் பார்த்தபடி நின்றுகொண்டிருந்தாள் பெரிய மூச்சு விட்டுக்கொண்டு. பிறகு ஸாரஸின் ஜட்டியை மேலே இழுத்துவிட்டு அவளை அசக்கினாள். அப்படியும் ஸாரஸ் பேசவில்லை. மம்மி டிராயரைத் திறந்து நைலான் கயிறு எடுத்து, சன்னலில் போட்டு ஸாரஸை இழுத்துக்கொண்டுபோய் அவள் கழுத்தில் அதை மாட்டிவிட்டுத் தொங்கவிட்டாள். ஸாரஸ் பேசவேயில்லை.

பூர்ணிமாவுக்கு மூத்திரம் முட்டியது. தங்கள் அறைக்கு ஓடினாள். அவளுக்குப் பயமாக இருந்தது. ரொம்பப் பயமாக இருந்தது. ஸாரஸ் மதியம் மொனாபலி விளையாடலாம் என்று சொல்லியிருந்தாள். பூர்ணிமா தலையணையில் முகத்தைப் புதைத்துக்கொண்டாள். அவளுக்கு ரொம்ப அழுகை அழுகையாய் வந்தது.

சுதாவின் மனம் அலைபாய்ந்தது. உட்கார்ந்திருக்க முடிய வில்லை. கைபேசியை எடுத்தாள். கைபேசியை எடுத்தபோதுதான் பதிவு செய்யும் அமைப்பை மூடவில்லை என்று தெரிந்தது. பதிவு செய்ததைச் சேமிக்கவேண்டுமா என்று அது கேட்டதும் நடுங்கும் விரலால் சேமிக்கச்சொல்லி அழுத்தினாள். பூர்ணிமா அயர்ந்ததும் எழுந்து குழந்தைகளின் சாமான்களை ஒழுங்குபடுத்த ஆரம்பித்தாள் எதையாவது செய்ய. மனத்தினுள் ஒரு குரல் மரங்கொத்தி குத்துவதைப்போல் கேட்டுக்கொண்டிருந்தது – 'நான் என்ன செய்யவேண்டும்? என்ன செய்யவேண்டும்?' அவள் கைகள் நடுங்கியபடி இருந்தன. பூர்ணிமாவின் புத்தகங்களை அவள் பையிலிருந்து எடுத்து அங்கிருந்த அலமாரியில் அடுக்கியபோது மாடம் க்யூரி புத்தகத்திலிருந்து ஒரு பழைய நீள நோட்டுப் புத்தகத்திலிருந்து கிழிக்கப்பட்ட அந்தக் காகிதம் விழுந்தது. புத்தகத்தில் "ஸாரஸுக்கு, ஒரு பெரிய விஞ்ஞானியாக. பப்பா கிஷன்" என்று எழுதியிருந்தது. காகிதத்தில் ஹிந்தியில் ஏதோ எழுதப்பட்டிருந்தது. படித்தபோது அது ஒரு கடிதம். ஸாரஸ் அவள் மம்மிக்கு எழுதித் தபாலில் போடாத கடிதம். 'என் அன்பு மம்மி' என்று தொடங்கி 'உன் அன்பு மகள்'

என்று முடிந்திருந்த கடிதம். தொண்டையை அடைத்தது. தொண்டையில் முள்குத்துவதுபோல் வலித்தது.

விசாரணை முடிந்திருக்குமா என்று தெரியவில்லை. கோவிந்தை அழைத்தாள். அழைத்ததும் வழக்கம்போல் உரக்கப் பேசாமல் மென் குரலில் பேச ஆரம்பித்த அவர் முழுவதும் பேசும் முன் "கோவிந்த்" என்று திணறியபடி அழைத்தாள். "என்ன தீதி?" என்று அவர் சற்றுக் கவலையுடன் கேட்டதும், குளியலறைக்குப் போய் டாய்லெட்டை மூடிவிட்டு அதன்மேல் அமர்ந்துகொண்டு பூர்ணிமா சொன்னதைக் கூறினாள். கோவிந்திடமிருந்து பதில் வரவில்லை.

அவர் பேசுவதற்கு வெளியே வந்தார் போலும்.

"கோவிந்த்" என்றாள் மெல்ல.

"தீதி, இங்கே இவங்கள நான் இன்னும் கொஞ்சம் நேரம் காக்க வைக்கிறேன். மது தீதி வந்த பிறகு நீங்க வர முடியுமா?"

"நான் கட்டாயம் பூர்ணிமாவோட வர முடியாது அதுதான் நீங்க சொல்லப்போறீங்கன்னா. அந்தக் குழந்தை அரண்டுபோயிருக்குது. திரும்ப அதை இப்போ சொல்லச் சொன்னால் அவளை அது பாதிக்கும். இருங்க கோவிந்த் . . . ஆனால் அவங்க பாடினதை ரெகார்ட் பண்ணிட்டு ரெகார்டரை அணைக்க மறந்திருக்கேன். அவள் பேசி முடித்த பிறகுதான் தெரிஞ்சுது அவள் பேசினதும் ரெகார்ட் ஆயிட்டதுன்னு. அதை வேணா கொண்டுவர முடியும். ஆரம்பத்துல குழந்தைகள் பாட்டு எல்லாம் இருக்கும். மத்த ஒலியும் இருக்கும். கடைசியில இது இருக்கும்."

"சரி தீதி. நான் நிச்சயமா உங்களைப் பூர்ணிமாவைக் கூட்டிவரச் சொல்லியிருக்க மாட்டேன் தீதி. நான் போலீஸ்காரன்தான். ஆனால் ஒரு அப்பாவும் இல்லையா? உங்களுக்கு என் மேல நம்பிக்கையே கிடையாது."

மது பதினைந்து நிடங்களில் வந்ததும் கிளம்பினாள். நரேனும் கிஷனும் சற்று வெளியே போயிருக்கிறார்கள் என்றார்கள். விசாரணை அறைக்குள் அவள் போகவில்லை. சன்னலிலிருந்து பார்த்தபோது மாதவியின் முகம் தெரிந்தது. இன்ஸ்பெக்டர் ரஞ்சன் முலே வந்து கைபேசியை வாங்கிக்கொண்டு போனார்.

கோவிந்த் ஒலிப்பதிவைத் தன் செவியில் பொருத்தியிருந்த ஒலிவாங்கி மூலம் கொஞ்சம் கேட்டுவிட்டுப் பிறகு கைபேசியை மேசை மேல் வைத்தார். "மிஸஸ் கிஷன் கோபால், இதைக் கொஞ்சம் கேளுங்கள்" என்றார். பூர்ணிமாவின் குரல் ஒலித்ததும்

அவள் முகம் சுருங்கியது. முக்கியப் பகுதியை எட்டியதும் அவள் நீண்ட மூச்சு விட ஆரம்பித்தாள். பிறகு அது ஒலியுடன் வர ஆரம்பித்தது. முடியும்போது அவள் முகம் கருத்திருந்தது. பல்லைக் கடித்தபடி, "அவள் என் லிப்ஸ்டிக்கைத் திறந்து பார்த்திட்டிருந்தா. என் லிப்ஸ்டிக், என் லிப்ஸ்டிக்" என்று அலறினாள் எழுந்து நின்று. உள்ளே நின்றுகொண்டிருந்த பெண் போலீஸ் அதிகாரி அவளை ஆசுவாசப்படுத்தினார்.

ஆரவாரம் அடங்கியதும் மாதவியை வேறு அறைக்குக் கூட்டிப்போனார்கள். இன்ஸ்பெடர் ரஞ்சன் முலே அவளிடம், "டீ குடியுங்க மிஸஸ் கிஷன் கோபால்" என்று சொல்வது கேட்டது. ஸாரஸின் கடிதத்தைக் கோவிந்திடம் தந்தாள். அதை அவர் சான்று ஆவணமாக உபயோகிக்கலாம் ஆனால் அவளிடம் திருப்பித் தர முடியுமா, அந்தக் கடிதத்தை அது எழுதப்பட்ட நபரிடம் சேர்க்கவேண்டும் என்று கூறினாள். மாடம் க்யூரி புத்தகம் பூர்ணிமாவின் புத்தகங்களோடு எப்படி வந்தது ஸாரஸின் புத்தகப் பையில் அது எப்படி இல்லாமல் போனது; மாதவி அந்தப் புத்தகத்தைப் பார்த்திருக்கிறாள் அதைத் தன் பெண்கள் புத்தகங்களுடன் வைத்திருக்கலாம், குழந்தைகள் புத்தகங்களை இப்போது எடுத்துப் பையில் போட்டபோது இது பூர்ணிமாவின் பைக்குள் வந்திருக்கலாம். வாழ்க்கையில்தான் எவ்வளவு தற்செயல் நிகழ்வுகள் என்றபடி கடிதத்தை வாங்கினார் கோவிந்த்.

அதைப் படித்த கோவிந்த் வெகு நேரம் தலை நிமிரவில்லை. மெல்லப் பான்ட் ஜேபியில் கைவிட்டுக் கைக்குட்டையை வெளியே எடுத்தார்.

❍ ❍ ❍

நன்ஹி கலி ஸோனே சலி ஹவா தீரே ஆனா

காற்றே மெல்ல வீசு
உறக்கம் நிறைந்த சிறகில்
அவளை ஊஞ்சலாட்டிவிட்டுப் போ . . .
சின்னஞ்சிறு பூ தூங்கப்போகிறாள்
காற்றே மெல்ல வா
உறக்கம் நிறைந்த சிறகில்
அவளை ஊஞ்சலாட்டிவிட்டுப் போ . . .

போலீஸ் தரப்பிலிருந்து வழக்கு சம்பந்தப்பட்ட எல்லாத் தகவல்களையும் கச்சிதமாக அமைத்திருந்தார் கோவிந்த் ஷெல்கே தன் போலீஸ் நிலையத்தின் மற்றப் போலீஸ்காரர்களின் உதவியுடன். தகவல்களும் விவரங்களும் விவரணயுமாக அது

ஒரு மனத்தின் இயல்புகளையும் சிதைவுகளையும் ஆதாரமாக்கி எழுதப்பட்டத் திரைக்கதைபோல் இருந்தது:

மஞ்சுளாவின் மரணத்தில் அவளுக்குப் பெரும் பங்கு இருந்தும் அவள் விடுவிக்கப்பட்டாள் பெரிய மனிதர்களின் உதவியுடன். அண்ணனாலும் ஒதுக்கப்பட்டு, பெற்றோரையும் இழந்தபின் அத்தனை பரபரப்பாகப் பேசப்பட்ட வழக்குக்குப் பிறகு ஜெய்பூரில் இருப்பது சாத்தியமில்லை என்று தெரிந்ததும் பெயர் மாற்றுவதற்கான எல்லா விதிகளையும் கடைப்பிடித்து அரசிதழில் பெயர் மாற்றம் அறிவிக்கப்பட்டது. சுசீல் அகர்வாலின் உதவியுடன் மும்பாய் வந்தாள் மாதவி கோயலாக.

அவளை இயல்பிலேயே அரக்கியாக இருக்கும் ஒருத்தியாக உருவாக்குவது போலீஸின் நோக்கம் அல்ல. ஆனால் அவள் இயல்பின் அடித்தளத்தில் அவளாலேயே கட்டுப்படுத்த முடியாத அரக்கத்தனம் தொடர்ந்து உறக்க நிலையில் இருந்தது உண்மை. தன் பெற்றோர்களிடமும் அண்ணனிடனும் மிகவும் அதிகமான அன்பை எதிர்பார்த்தவள். அன்பைத் தந்தவள். உள்ளே இருப்பது வெளியே தெரியாமல் அமைந்த அழகான சிறு கூடாக இருந்தது அவள் குடும்பம். ஒருவரையொருவர் அதிகமாகச் சார்ந்திருந்த பாதுகாப்பான தனிக் கூடு. அதில் மஞ்சுளா வெளியாளாகவே வந்தாள். தன் அண்ணனை “மயக்கியவள்” என்றே அவளைப் பார்த்தாள். மகனுக்கு வேர்த்தால்கூடத் தாங்க முடியாது அந்தக் குடும்பத்துக்கு. அவன் அந்தக் குடும்பத்தின் முதுகுத்தண்டு. அவள் அதில் சாய்ந்து நிற்பவள். அவன் குடும்ப வியாபாரத்தில் ஈடுபடாததே அவர்களுக்குப் பெருத்த ஏமாற்றமாக இருந்தது. அதில் அவன் யாருக்கும் சொல்லாமல் ஏழை மஞ்சுளாவை மணந்தது கூட்டைக் கலைத்துப்போட்டதைப்போல் பட்டது. அவள் வேறுவகைப் பட்சி. இந்தக் கூட்டைச் சேர்ந்தவள் இல்லை. அம்மாவும் அப்பாவும் தொடர்ந்து அதைச் சொல்லிவந்தார்கள். அண்ணனுடன் இரவைக் கழித்துவிட்டு அவள் அவர்கள் படுக்கையறையிலிருந்து காலையில் வெளியே வரும்போது அடக்கமுடியாத கோபம் எழுந்தது. அதுவும் அவள் வயிற்றில் அவளும் அவனும் உருவாக்கிய கரு வளர்கிறது என்பது மிகப் பெரிய துரோகமாகப் பட்டது.

2004ல் தன் வாழ்க்கையை அமைக்க முற்பட்டபோது திருமண ஏற்பாடு அமைத்துத் தரும் நிறுவனத்திடம் அவள் விதித்த நிபந்தனைகளில் ஒன்று நல்ல வேலையில் இருக்கும் நபர், அனாதையாக இருக்கவேண்டும் என்பதுதான். தன்னை மணப்பவன் தனக்கே தனக்காக மட்டுமே இருக்க வேண்டும். அவள் அமைக்கும் சிறு கூட்டில் வேறு யாருக்கும் எட்டிப்

பார்க்கக்கூட இடமிருக்கக் கூடாது. அவள் கணவன். அவள் குழந்தைகள். அவள் வீடு. அவள் பொருட்கள். எல்லாம் அவளுக்கே ஆனவை. அபரிமிதமான அன்பைப் பொழிந்தாள். கிஷனுக்கு அது தேவையாக இருந்தது. அதில் அவன் முங்கி முங்கி எழுந்தான். அமிழ்ந்தான்.

ஸாரஸ் அந்தக் கூட்டுக்கு வெளியே நிற்காமல் உள்ளே வர முயற்சித்தாள். கிஷன் அவளுக்குப் புத்தகம் பரிசளித்தான். அவன் வாங்கிவந்திருந்த மாடம் க்யூரி புத்தகத்தைப் பார்த்துவிட்டாள். அதில் அவன் "பப்பா கிஷன்" என்று எழுதியிருந்தான். சூடு போட்டு, ப்ளேடால் கீறியும் அடங்கவில்லை கோபம். ஒரு முறை அவனை "பப்பா" என்றே கூப்பிட்டுவிட்டாள் ஸாரஸ். அவனும் அதைப் பொருட்படுத்தவில்லை. அவளை எப்போது பள்ளியில் சேர்க்கப்போகிறாள், அவள் மிகவும் புத்திசாலிப் பெண் என்று அவளிடம் விசாரித்தான்.

அவள் உடல் எரிய ஆரம்பித்தது. அன்று ஸாரஸ் செய்தது பெருங்குற்றம் அவளைப் பொருத்தவரை. அவள் மாதவியின் லிப்ஸ்டிக்கை எடுத்துப் பார்த்தபடி இருந்தாள். கையும் களவுமாகப் பிடிபட்டபோது, ஒப்பனை மேசையைத் துடைத்தபோது எடுத்துப் பார்த்தேன் என்றாள். எப்படி அவள் அதைச் செய்யலாம்? அடித்த பின்னும் மனம் அடங்கவில்லை. ஆவேசம் அடங்கவில்லை. பல்குத்தி டப்பா கண்ணில் பட்டது. ஒரு பெண்ணுக்கு மிகவும் வலிக்கும் இடம் அதுதான். குச்சியை ஒவ்வொன்றாக எடுத்து உள்ளே குத்தினாள். "எடுப்பியா லிப்ஸ்டிக்கை? சொல்லு. எடுப்பியா லிப்ஸ்டிக்கை?" "மாட்டேன்" என்று அலறினாள் ஸாரஸ். "மம்மீ" என்று கூவினாள். பிறகு பேசவில்லை. சன்னல் கம்பியில் கயிற்றைப் போட்டு அவளைத் தொங்கவிட்டாள். வேகமாக வந்த மூச்சு மட்டுப்பட்டது. பக்கத்து வீட்டுக்காரரை அழைத்தாள் வேலைக்காரப் பெண் தூக்குப்போட்டுக்கொண்டாள் என்று கூறி.

அரசுத் தரப்பு வக்கீல் கோவிந்த் உதவியுடன் எங்கோ வெளிநாட்டில் இருந்த அவள் அண்ணன் கோவர்தன் கோயலைக் கொண்டுவந்து நிறுத்தியதுதான் வழக்கின் உச்சகட்டமாய் அமைந்தது. முதன் முறையாகக் கிஷனையும் தன் தங்கையின் பெண் குழந்தைகளையும் அவர் சந்தித்தார். அவர் மீண்டும் திருமணம் செய்துகொள்ளாத தனியாளாகவே இருந்தார். தன் தங்கையிடம் அவருக்கிருந்த வெறுப்பு இத்தனை ஆண்டுகளிலும் தணியாமலேயே இருந்தது.

அதிக மன அழுத்தத்தில் ஏற்படும் தற்காலிகக் கோப வெறி, திட்டமிட்டக் கொலை இல்லை, மின்னலாய் வந்துபோகும்

மனப்பேதலிப்பு என்று பலவாறு வாதாடினார் ஸ்ரீதர் ராமனாதன். ஒரு கட்டத்தில் அவர் குரலே அவருக்கு நம்பிக்கையில்லாத் தொனியுடன் கேட்க ஆரம்பித்தது. அவரால் சாதிக்க முடிந்தது அவளுக்கு ஐந்தாண்டுத் தண்டனை வாங்கித் தந்ததுதான்.

புனேயிலிருந்த எரவாடா சிறைச்சாலைக்குக் கூட்டிப்போக நீதிமன்றத்தின் வெளியே இரண்டு பெண் போலீஸ் அதிகாரிகளுடன் அழைத்துவரப்பட்டபோது தன் பெற்றோர்கள் செய்ததை மாதவியும் செய்தாள். மறைத்து வைத்திருந்த ஸயனைட் குப்பியை வாயில் போட்டுக் கடித்தாள்.

ஸயனைட் குப்பி எப்படி அவளிடம் வந்தது என்பதற்கு எந்தப் பதிலும் கிடைக்கவில்லை. விஞ்ஞானியான கிஷன் தந்ததா? தன் தங்கைக்காக அண்ணன் செய்த இறுதி உதவியா? அவள் தோழிகள் காட்டிய கருணையா? எதுவும் நிரூபணம் ஆகவில்லை.

வழக்கு மன்றத்தின் வெளியே பாவ்னா உறவினர்களோடு நின்றுகொண்டிருந்தாள் மாதவி நுரைத்த வாயோடு சாய்வதைப் பார்த்தபடி.

❍ ❍ ❍

நிலவொளிபோன்ற பொம்மை இவள்
மென்மையாக வளர்க்கப்பட்டவள்
இன்று நிலவே என் தெருவுக்கு வருவாயென்றால்
முணுமுணுத்தபடி ஒரு பாடலை மெல்ல மெல்லப் பாடு
உறக்கம் நிறைந்த சிறகில்
அவளை ஊஞ்சலாட்டிவிட்டுப் போ

பட்டு நூல் காலில் சிக்கிக்கொண்டால்
கொலுசு மணி ஒன்றின் ஓசை எழுந்தால்
என் ராணி விழித்துவிட்டால்
உறக்கமே, நீ வந்து சாந்தப்படுத்து
உறக்கம் நிரம்பிய சிறகில்
ஊஞ்சலாட்டிவிட்டுப் போ
சின்னஞ்சிறு பூ தூங்கப் போகிறாள்
காற்றே மெல்ல வீசு

கிஷனும் மாதவியின் அண்ணனும் பூர்ணிமாவும் ஸ்வர்ணிமாவும் கோவிந்த், மீனா, நரேன் மற்றும் சுதாவுடன் சென்றனர் பாவ்னாவைப் பார்க்க.

மாதவியின் உடலுக்கு எரியூட்டியபோதும் அஸ்தியைக் கடலில் கரைத்தபோதும் கிஷன் உறைந்துபோயிருந்தார்.

பாவ்னாவின் முன் நின்று கை கூப்பினார். தன் இரு பெண்களையும் அவள் பக்கம் மெதுவாகத் தள்ளிவிட்டார்.

பிறகு கீழே விழுந்து அவள் கால்களைத் தொட்டு நமஸ்கரித்தார். அவள் பதறிப்போய் விலகினாள். எழாமல் அவன் கிடந்தார் குமுறி குமுறி அழுதபடி. மாதவி என்ற பெண்ணின் அளவிலாத அன்பை மட்டுமே உணர்ந்தவர் அவர். அனாதைக்குக் கிடைத்த அபரிமிதமான அன்பு. அவள் சிறையிலிருந்து வந்தபின்னும் அவளை ஏற்றிருப்பார் அவர். ஆனால் அவளால் அந்தக் கருணையைத் தாங்கியிருக்க முடியாது.

நரேனும் மாதவியின் அண்ணனும் அவரை மெல்ல எழுப்பினார்கள். "பப்பா" என்று அழுத இரண்டு மகள்களையும் அணைத்துக்கொண்டார் "பப்பா இருக்கேன், பப்பா இருக்கேன்" என்றபடி.

கோவிந்த் ஸாரஸின் புத்தகப் பையுடன் ஸாரஸின் கடிதத்தை பாவ்னாவின் கையில் வைத்தார் "உங்கள் பேட்டீ எழுதியது" என்றபடி. "எனக்குப் படிக்கத் தெரியாது. யாராவது படிச்சுக்காட்டுங்களேன்" என்றாள் பாவ்னா.

மீனா கடிதத்தை வாங்கிக்கொண்டாள்.

"மேரி ப்யாரி மம்மி" என்று குரல் நடுங்க மீனா படிக்க ஆரம்பித்ததும் பாவ்னா தன் புடவைத் தலைப்பால் வாயைப் பொத்திக்கொண்டு ஓசையே எழுப்பாமல் அழுதாள்.

○ ○ ○

பூவடிச் செதில்

அன்றைய பொழுது சரியாக விடிய வில்லையோ என்று தோன்றியது. காற்றே இல்லாத புழுக்கம். சன்னல் வெளியே தூரத்தே தெரியும் கடல்கூட கரும் சாம்பலாக இருந்தது. ஆலமரத்தின் கடும் பச்சை இலைகள் கண்ணைக் குத்தின. ஒரு பறவையின் குரல்கூடக் கேட்கவில்லை. சுதா குப்தா தலையைக் குலுக்கிக்கொண்டாள். இப்படி எதிர்மறையாகவே மனம் ஓடினால் செய்ய வேண்டிய வேலைகளை எப்படி முடிப்பது? வழக்கமான வேலைகள்தாம். மனைவி கணவனைச் சந்தேகித்தும் கணவன் மனைவியைச் சந்தேகித்தும் இவளை அணுகி இவள் துப்பறியும் நிறுவனம் மூலம் அறிக்கை தருமாறு கேட்டு வரும் வேலைகள். தொழிலில் இணைய விரும்புபவர்கள் கூட்டாளியின் எல்லா விவரங்களையும் அறியத் தயாரிக்க விரும்பும் ரகசிய மதிப்புரை. காதலர்கள் ஒருவரையொருவர் வேவு பார்த்தல். திருமணம் நிச்சயமாகும் முன் இரு தரப்புப் பெற்றோர்களும் செய்ய விரும்பும் வரன் விசாரணை. இப்படிப்பட்ட வேலைகள். தனிப்பட்ட முறையில் செயல்படும் துப்பறிவாளர்களிடம் வரும் வேலைகள். உறவுகள் சம்பந்தப்பட்ட வேலைகள் அவளிடம் அதிகம் வருவதற்குக் காரணம் இந்தத் துறையில் இருக்கும் ஒரே பெண்ணாக அவள் இருப்பதால் இருக்கலாம். இந்த வேலைகளில் சில சமயம் அலுப்பு வந்தாலும் அவளைத் தொடர்ந்து இதில் இருக்கத் தூண்டுவது போலீஸ் துறையில் தற்போது ஏ.ஸி.பியாக இருக்கும் கோவிந்த் ஷெல்கே தொடர்ந்து தன்னுடைய வழக்குகளில் இவளை

இணைத்துக்கொள்வதால்தான். அப்படி இணைத்துக்கொள்வது நடைமுறை கிடையாது. இருந்தாலும் அவர் அதை எப்படியாவது சாத்தியப்படுத்தினார். அதற்கான தொகையையும் எப்படியாவது அவளுக்குக் கிடைக்கப்பண்ணிவிடுவார். அவளுடைய குரு வித்யாசாகர் ராவ்தேயிடம் அவருக்கு மதிப்பு உண்டு ஷெர்லாக் ஹோம்ஸ் வகை துப்பறியும் வேலை செய்தவர் என்று அவரைக் கேலி செய்தாலும். வித்யாசாகர் ராவ்தே அந்தக் கேலியை எல்லாம் பொருட்படுத்த மாட்டார். இப்போது விழுந்துகொண்டிருக்கும் மும்பாயின் மேம்பாலங்கள் எப்போது, யாரால் கட்டப்பட்டவை, எப்போது அவை பற்றிய மதிப்பீட்டு அறிக்கைகள் வந்தன என்பதெல்லாம் அவருக்குத் தலைகீழ் பாடம். எல்லாவகைத் தகவல்களும் இல்லாமல் துப்பறியும் வேலை இல்லை என்பார். சுதாவின் கணவன் விஞ்ஞானி நரேந்திர குப்தாவும் முதுகலை படிப்பில் ஈடுபட்டிருக்கும் மகள் அருணாவும் அவள் துப்பறியும் வேலையைப் பாராட்டுபவர்கள். அவளுடைய வேலை எந்த மாணவனையும் தன்னிடம் நெருங்கவிடாமல் செய்கிறது என்பாள் அருணா சிலசமயம்.

அவள் தன் துப்பறியும் அலுவல்களைப் பார்க்கும் பகுதிக்குப் போனாள். ஆரம்பத்தில் அதே குடியிருப்பில் தரைத் தளத்திலிருந்த ஒரு வீட்டின் முன் பகுதியில்தான் தன் அலுவலகத்தை அமைத்துக்கொண்டிருந்தாள். ஒரு பெண் எந்த வகை அலுவலகம் அமைத்துக்கொள்ளமுடியும் என்று குடியிருப்பின் ஆண்கள் அறிந்துகொள்ளத் துடித்தார்கள். அவரவர் மனைவிகளை அனுப்பினார்கள் விவரங்களைக் கண்டறிய. அவர்களும் ஆர்வத்துடன் வந்து விசாரித்தார்கள். அத்தனைபேரும் அவரவர் கணவர்களை வேவு பார்க்க எவ்வளவு தொகை தரவேண்டிவரும் என்று கேட்டுக்கொண்டார்கள். வேவு பார்க்கவேண்டிய கணவன்மார்கள்தாம் அனைவரும் என்று தோன்றியது. ஒரு நாள் காலை ஸ்டெல்லா, "சுதாம்மா, இந்த எதிர்வீட்டு அங்கிளுக்குத் தான் சல்மான் கான்னு எண்ணம்" என்றாள். என்ன விஷயம் என்றதும் சன்னல் பக்கம் கண்ணைக்காட்டினாள். எதிர்க் கட்டடத்தில் முதல் மாடி வராந்தாவில் கோடு போட்ட உள்டிராயருடன் மேலாடை ஏதுமில்லாமல் தொந்தியும் தொப்பையுமாக இவர்கள் அறையைப் பார்த்தபடி நின்றுகொண்டிருந்தார் ஒருவர் கையில் எண்ணெய்க் குப்பியுடன். "இனிமேல் 15 நிமிஷம் உடம்புக்கு எண்ணெய் தேச்சுப்பாரு. நமக்காகக் கட்டணமில்லாத காட்சி" என்றாள் ஸ்டெல்லா. இந்தத் தொல்லை தாங்காமல்தான் வீட்டிற்குள்ளேயே வராந்தாப் பகுதியை கண்ணாடித் தடுப்புப் போட்டு அடைத்துத் தன் அலுவலகத்தை அமைத்துக்கொண்டாள்.

மனச் சோம்பலைப் போக்கிக்கொள்ளலாம் என்று மின்சாரக் கெட்டிலின் விசையை அழுத்தினாள் லவங்கப்பட்டைத் தேநீர் தயாரிக்க. அருணா தந்திருந்த "என்னை அறிமுகப்படுத்த அனுமதியுங்கள். என் பெயர் ஹர்க்யூல் ப்வாரோ. உலகத்திலேயே சிறந்த துப்பறிவாளர் நான்தான்" என்ற வாசகங்களை எழுதிய தேநீர்க்கோப்பையை எடுத்து லவங்கப்பட்டைத் தேநீர்ப்பையை அதில் போடுவதற்கும் மின்சாரக் கெட்டிலின் பித்தான் 'டப்'பென்று ஒலியெழுப்பி அணைவதற்கும் சரியாக இருந்தது. சுரத்தில்லாமல் வெந்நீரைக் கோப்பையில் ஊற்றினாள். எழுந்த மணம் கொஞ்சம் சுறுசுறுப்பையூட்டியது. அன்று பார்க்கவேண்டிய கோப்பைத் தயாராக வைத்துவிட்டுப் போயிருந்தாள் ஸ்டெல்லா. சற்று வித்தியாசமான வேலை. பணக்காரத் தந்தையின் தொழிற்கூட்டாளியாக இருக்கும் மகள் அவரைச் சுற்றி நடக்கும் நடவடிக்கைகளைக் கண்காணிக்கச் சொன்ன வேலை. பணக்காரக் குடும்பங்களின் சொத்து விவகாரம்தான் இது. தந்தை ஆஸ்பத்திரியில் தீவிர சிகிச்சைப் பிரிவில் இருந்தார். அம்மாவே ஒரு டாக்டர். முதலில் ஒன்றும் பிடிபடவில்லை. அவரைப் பார்த்துக்கொண்ட நர்ஸ் ஸ்டெல்லாவின் வகுப்புத் தோழி. அவள் மூலம்தான் விவரங்களைச் சேகரிக்க முடிந்தது. நேற்று மாலைதான் திடுக்கிட வைக்கும் மூன்று நிமிட வீடியோவை அந்த நர்ஸ் அனுப்பியிருந்தாள். அவர் டாக்டர் மனைவியும் இன்னொருவருமாக அவர் கட்டைவிரல் ரேகையை ஒரு பத்திரத்தில் பதித்து விரலைத் துடைத்த கையோடு, நரம்பு வழியாக மருந்தளிக்க மேலேயிருந்து தொங்கவிடப்பட்ட மருந்து வரும் குழாயின் இணைப்பை மூடிவிட்டுப் போயிருந்தனர். அதைத்தான் வெளியே இருந்து பதிவு செய்திருந்தாள் அந்த நர்ஸ். உடனே போய் அதை மீண்டும் இயக்கியதாகவும் மற்ற டாக்டர்களிடம் நடந்ததைக் கூறாமல் அவரைச் சோதிக்கும்படி கூறியதாகவும் அவர்களிடம் சொல்லியிருந்தாள். நோயாளியின் மனைவியே டாக்டராக இருந்ததால் என்ன செய்வதென்று தெரியாமல் அந்த நர்ஸ் தயங்கினாள் போலும். வீடியோ வந்ததுமே அதை மகளுக்கு அனுப்பியாகிவிட்டது. அன்று முழு அறிக்கையையும் அனுப்பவேண்டும்.

தேநீர் பருகியபடி கோப்பைப் பிரித்தபோதுதான் செல்லம்மாள் இன்னும் வரவில்லை என்பது நினைவுக்கு வந்தது. வழக்கமாக இந்த நேரத்துக்கு வந்து அவளும் ஒரு கோப்பைத் தேநீரோடு வந்து உட்கார்ந்துகொண்டு பேசிவிட்டுப் போவாள். முன்பெல்லாம் ஸ்டெல்லாவும் வந்திருப்பாள் இந்நேரம். இப்போது ஆனந்திப் பாப்பாவுக்குப் பாலூட்டிவிட்டுச் சற்றுத் தாமதமாகத்தான் வருகிறாள். அதுவும் இன்று அவளைத் தடுப்பூசி

ஏதோ போடக் கொண்டுபோயிருந்தாள். வரத் தாமதமாகும். ஆனால் செல்லம்மாள் வந்திருக்க வேண்டுமே? நினைத்துக் கொண்டிருந்தபோதே செல்லம்மாள் கதவைத் திறந்துகொண்டு ஏதோ முணுமுணுத்தபடி உள்ளே வந்தாள். சமையலறைப் பக்கம் போய்க்கொண்டிருந்த அவளைக் கூப்பிட்டாள்.

"என்ன செல்லம்மா? உடம்பு சரியில்லையா? இப்பத்தான் நினைச்சேன் வரலியேன்னுட்டு."

"உடம்புக்கென்ன? நல்லாத்தான் இருக்கு. நடந்தா கூடவே வருது" என்றாள் செல்லம்மாள் விரக்தியான தொனியில்.

"என்னாச்சு செல்லம்மா? இங்க வாங்க டீ சாப்பிடலாம்."

"டீ போட்டுகிட்டு வரேன் சுதாம்மா. உங்க லவங்கப்பட்டை டீயெல்லாம் நமக்காவாது."

சிறிது நேரத்தில் தேநீருடன் வந்து மோடாவில் அமர்ந்து கொண்டாள். முகம் வாடியிருந்தது.

"என்னாச்சு செல்லம்மா?"

"என்னத்தைச் சொல்ல? இந்த மல்லிகா கழுத ரொம்பப் படுத்துது."

தன் மகள் மல்லிகாவைத் தங்கம், செல்லம், கண்ணு, கரும்பு, முத்து, ராசாத்தி என்றே சொல்பவள் கழுதை என்றது வியப்பை அளித்தது. பள்ளியில் ஆசிரியையாக இருந்தாள் மல்லிகா. தன் கணவன் இறந்தபின் செல்லம்மாள் தன் உழைப்பால் வளர்த்த செல்லப் பெண்.

"என்ன செல்லம்மா? மல்லிகாவைப் போய் கழுத அதுஇதுன்னு சொல்லிக்கிட்டு . . ."

"பின்ன? எந்த மாப்பிள்ள பாத்தாலும் இது வேணாம் அது வேணாம்னு சொல்லிட்டேயிருந்தா? போவுது போவுதுன்னு விட்டுப் பிடிச்சேன். இப்பா என்னன்னா கல்யாணமே கட்ட முடியாதுன்னு அழுவறா. 'யாரையாவது காதலிக்கிறியா? சொல்லித் தொலை. அவனுக்கே கட்டி வைக்கிறேன்'னு சொன்னேன். அதுவும் சொல்லாம அழுவறா. வயசாவுது இல்ல? நான் வேண்டாம்னு சொன்ன சிங்காரவேலுவைக் கட்டிக்கிட்டு ஸ்டெல்லா குழந்தை கூடப் பெத்துகிட்டாச்சு. இவ என்னடான்னா நாளுக்கு நாள் எளைச்சுகிட்டே வரா. மொகமும் என்னவோ பேஸ்து அடிச்சா மாதிரி இருக்குது. ஒண்ணும் புரியலை போங்க."

"நான் பேசவா அவகிட்ட?"

“பேசிப் பாருங்க. ஊர்ல இல்லை. காலைலதான் மஹாபலேஷ்வர் போனா. ஹோலி லீவு வருது இல்ல? ரெண்டு நாள் சேர்த்து லீவு போட்டுட்டுப் போயிருக்கா.”

“தனியாவா?”

“இல்லை. ஸ்கூல்ல யாரோ டீச்சராம். அவங்களோட . . .”

“எந்த டீச்சர்? ஒரு டீச்சரா இல்லை ரெண்டு மூணுபேரா போயிருக்காங்களா?”

“தெரியாது. நீங்கதான் வேலைக்குப் போற பொண்ணை எங்க போன, ஏது போனன்னுட்டுத் துருவி துருவிக் கேக்காதேம்பீங்களேன்னுட்டுக் கேட்கலை நானு.”

“சரிதான். ‘சும்மா ஏதாவது குடைஞ்சு குடைஞ்சு கேக்காதீங்க. அவ இஷ்டப்படி இருக்கட்டும்’னு சொன்னேன். வெளியூர் போனா, என்ன ஏதுன்னுட்டு விசாரிக்க வேண்டாமா? ஏதாவது ஆனா நமக்கு விவரம் தெரிய வேண்டாமா?”

“ஆமா, நீங்க ரெண்டு பக்கமும் பேசுவீங்க” என்று பொருமினாள் செல்லம்மாள்.

“காலைல எத்தனை மணிக்குக் கிளம்பினா?”

“ஆறு மணிபோல இருக்கும்.”

“இப்பப் போய்ச் சேர்ந்திருப்பா. ஃபோன் போடறேன். ஸ்பீக்கர்ல போடறேன். இருங்க.”

மல்லிகாவின் எண்ணை அழுத்தினாள்.

“ஹலோ சுதாம்மா. என்ன விஷயம்?”

“மஹாபலேஷ்வர் நல்லாயிருக்கா? சும்மாத்தான் கூப்பிட்டேன்.”

“அம்மா வந்துட்டாங்களா? ரொம்ப நல்லாயிருக்கு சுதாம்மா.”

“எங்க தங்கியிருக்க? ஹோட்டல்லயா?”

சிறிது மௌனத்துக்குப் பின் அடங்கிய குரலில் “ஆமாம்” என்றாள்.

“அங்க நல்ல ஹோட்டல் எல்லாம் உண்டு. நல்லா ஓய்வெடுக்கலாம் மலையெல்லாம் பார்த்துகிட்டு. எந்த ஹோட்டல்ல இருக்க?”

உடனே மல்லிகா, “அம்மா கேக்கச் சொன்னாங்களா?” என்றாள்.

செல்லம்மாள் ஆட்காட்டி விரலை ஆட்டி "சொன்னேன் இல்ல?" என்று வாயசைத்தாள்.

"சே சே! நாங்க போகலாம்னு இருக்கோம். அதான் கேட்டேன். சும்மா தெரிஞ்சுக்க."

"ஜே.பி. ஃபார்ம் ஹவுஸ். ஒரு பண்ணை வீடு மாதிரி. நல்லாயிருக்கு."

"சரிதான். எஞ்சாய் பண்ணு. மத்த டீச்சருங்களோட. டீச்சருங்களுக்கும் ஒரு சேஞ்ச் வேணுமில்ல?"

"தாங்க்யூ சுதாம்மா" என்று பேச்சை முடித்தாள் மல்லிகா.

"ரெண்டு மூணுபேராத்தான் போயிருக்காங்க போல செல்லம்மா" என்றாள்.

"என்ன மாதிரி துப்பறியும் வேலை செய்யறீங்க சுதாம்மா? மத்த டீச்சருங்கன்னு நீங்க சொன்னவுடனேயே கட் பண்ணிட்டாளே? தெரியலையா?'

"சரி. போகட்டும் விடுங்க. ஏதோ அவ சொந்த விஷயம். கவலைப்படாதீங்க."

"இல்லை சுதாம்மா. உங்களுக்குப் புரியலை. அந்தப் பொண்ணு எதையோ மறைக்குது. கொஞ்சம் விசாரியுங்க" என்றாள் செல்லம்மாள்.

"சரி. செய்யலாம். வீணா மனசைப் போட்டுக் குழப்பிக்காதீங்க" என்றாள்

இவள் குடித்து முடித்த கோப்பையையும் எடுத்துக்கொண்டு எழுந்தாள் செல்லம்மாள்.

சமையலறையிலிருந்து சிறிது நேரம் கழித்துக் குரல் கொடுத்தாள்.

"ரெண்டு மூணு நாள் முன்னே பண்ணின குழம்பு, கூட்டு, பொரியல் எல்லாம் மீந்திருக்கு சுதாம்மா. சோறும் பருப்பும் சேர்த்துக் கொஞ்சம் புளியூத்தி, கூட்டாஞ்சோறு மாதிரி செய்யவா?"

"செய்யுங்க செல்லம்மா. பிஸி பேளே பாத் மசாலா பொடிச்சுப் போட்டுடுங்க. வாசனையா இருக்கும்."

"அப்படித்தான் செய்யறதா இருந்தேன். 'கட்பட்' சோறு" என்றுவிட்டுச் சிரித்தாள். ஒழுங்கில்லாமல் எப்படியெப்படியோ இருப்பதுதான் 'கட்பட்'. மீந்துபோனவை எல்லாவற்றையும் போட்டுச் செய்யும் கலவைச் சோற்றுக்கு அருணா வைத்த பெயர்.

சொல்லிவைத்தாற்போல் ஸ்டெல்லா உள்ளே வந்தாள்.

"ஆன்ட்டீ, 'கட்பட்' சோறா? கொஞ்சம் அதிகமா பண்ணுங்க. எனக்குப் பிடிக்கும்" என்றபடி. ஆனந்திப் பாப்பாவுடன் வந்திருந்தாள். அது செல்லம்மாளை நோக்கிப் பாய்ந்தது. அதை வாரி எடுத்துக்கொண்ட செல்லம்மா, "ஆனந்திப் பாப்பாவும் செல்லம்மா பாட்டியும் சமைப்பாங்களாம்" என்று கொஞ்சினாள். ஸ்டெல்லாவிடம், "பால் கரைச்சுக் கொண்டுவந்திருக்கியா இல்ல கஞ்சி போடவா?" என்று கேட்டாள்.

"நேரமே இருக்கலை ஆன்ட்டி. கொஞ்சம் கஞ்சி போட முடியுமா?" என்று கேட்டாள் ஸ்டெல்லா.

"போடறேன். அதெப்படி நேரம் இல்லாம போவும்? அப்படி யென்ன பெரிய துப்புத் துலக்குற வேலை? ஒரு பொண்ணு ஏன் கல்யாணமே வேண்டாம்னு சொல்ற அளவுக்கு மாறிட்டான்னு கண்டுபிடிக்கத் தெரியலை" என்று புறுபுறுத்தாள் செல்லம்மா.

ஸ்டெல்லா சுதாவைக் கேள்விக்குறியுடன் பார்த்தாள். பிறகு கூறுவதாகச் சைகை செய்தாள் சுதா. உள்ளே வந்த ஸ்டெல்லா மின்சாரக் கெட்டிலில் தண்ணீர் இருக்கிறதா என்று பார்த்துவிட்டு இயக்கும் விசையை அழுத்திவிட்டு, அவள் அருந்தும் துளசித் தேநீர்ப்பையைக் கோப்பையில் போட்டாள். கண்ணாடி இழு கதவை மூடினாள். கோப்பையில் வெந்நீர் ஊற்றி, தேநீர்ப்பையை முக்கி அழுத்தி வெளியில் வைத்துவிட்டு, தேநீர்க்கோப்பையுடன் சுதாவின் முன் அமர்ந்தாள்.

மல்லிகா பற்றி சுதா கூறத் தொடங்கினாள்.

❍ ❍ ❍

தொழிலதிபர் குடும்ப விஷயம் மிகவும் பரபரப்பாகப் போய் விட்டதாலும் வேறு பல வேலைகளாலும் மல்லிகா பற்றிய செல்லம்மாளின் அதீதக் கவலையை சுதாவும் ஸ்டெல்லாவும் தீவிரக் கணிப்பில் எடுக்கவில்லை. செல்லம்மாள் சீக்கிரமே உணர்ச்சிவசப்படுபவள். அதுவும் மல்லிகா விஷயம் என்றால் கேட்கவே வேண்டாம். இல்லாததற்கு எல்லாம் கவலைப்படுவாள். மல்லிகா பற்றி அவள் கவலைப்பட்டதும் இந்த மாதிரியானதுதான் என்று நினைத்து அது பற்றி ஒன்றும் செய்யாமலிருந்தபோதுதான் ஒரு நாள் மாலை கோவிந்த் ஷெல்கேயிடமிருந்து அழைப்பு வந்தது.

"தீதி, எப்படி இருக்கீங்க? செல்லம்மா மௌஸி போயிட்டாங்களா?"

"போயாச்சு. ஏன்?"

"தீதி, நீங்க எங்க வீட்டுக்கு வர முடியுமா?"

“ஏன், என்ன ஆச்சு? மீனாவுக்கு ஏதாவது ...?”

“இல்லை, இல்லை. நீங்க வாங்க.”

ஸ்டெல்லா கிளம்பிப் போயிருந்தாள். நரேனும் அருணாவும் வர நேரமிருந்தது. அப்படி வந்தாலும் அவர்களிடம் சாவி உண்டு. கோவிந்த் வீட்டுக்குப் போவதாக இருவருக்கும் கைபேசியில் தகவல் அனுப்பினாள்.

வீட்டைப் பூட்டிவிட்டுக் கீழே போய் வண்டியை எடுத்தாள். டி.என். நகரில் இருந்த போலீஸ் அதிகாரிகளுக்கான வீட்டில்தான் அவர் இருந்தார். பத்து நிமிடம்தான் ஆயிற்று போக. மணி அடித்ததும் கோவிந்தே கதவைத் திறந்தார். எதிரே வரவேற்பறையில் மல்லிகாவைப் பார்த்ததும் தூக்கிவாரிப்போட்டது. தலை எல்லாம் கலைந்து முகம் வெளிறி இருந்தது. தரையைப் பார்த்தபடி அமர்ந்திருந்தாள். எதிரே முக்காலி மேசையில் வைத்திருந்த தேநீரைக் குடிக்கும்படி மீனாபாய் மெல்ல வற்புறுத்திக் கொண்டிருந்தாள்.

மெள்ள நடந்துவந்து ஸோபாவில் அமர்ந்துகொண்டாள். மல்லிகாவின் தோள் மேல் கையை வைத்ததும் கண்ணிலிருந்து நீர் வழிய ஆரம்பித்தது. மேசையிலிருந்த காகிதக் கைக்குட்டையை எடுத்து அவளிடம் தந்து, “டீ குடி முதல்ல” என்றுவிட்டுத் தேநீர்க் கோப்பையை எடுத்தாள். கைக்குட்டையால் கண்ணைத் துடைத்துக்கொண்டு தேநீர்க் கோப்பையை வாங்கிக்கொண்டு மெல்லப் பருக ஆரம்பித்தாள்.

கோவிந்த் மெல்லப் பேச ஆரம்பித்தார். “நானும் மீனாவும் வர்லியில் சொந்தக்காரங்களைப் பார்க்க ஸீ லிங்க் வழியா போயிட்டிருந்தோம். மல்லிகா அங்க நின்னுட்டிருந்தா. குதித்துத் தற்கொலை பண்ணிக்க முயற்சி செய்திருக்கா. சிலபேர் பார்த்துத் தடுத்திருக்காங்க. போலீஸூம் வந்திட்டாங்க. செல்லம்மா மௌஸி மகள்னு தெரியும். நான்தான் பேசி, கூட்டிட்டு வந்தேன். ஒண்ணுமே சொல்ல மாட்டேங்கறா. அதுதான் உங்களைக் கூப்பிட்டேன்.”

“என்னாச்சு மல்லிகா? என்ன விஷயம்? எங்ககிட்டச் சொல்லு. எதுவானாலும் பரவாயில்லை. தைரியமா சொல்லு” என்றாள் சுதா.

மல்லிகா மௌனமாகத் தேநீர் பருகியபடி இருந்தாள்.

“அம்மா ஏதாவது சொன்னாங்களா?”

இல்லை என்று தலையசைத்தாள்.

“வேற யாராவது ஏதாவது சொன்னாங்களா?”

மீண்டும் தலையசைத்து மறுத்தாள்.

“ஸ்கூல்ல ஏதாவது பிரச்சினையா?”

“இல்லை” என்றாள் முணுமுணுப்பதுபோல்.

“தற்கொலைவரைக்கும் போக ஏதாவது காரணம் இருக்குமில்ல? யாரையாவது காதலிக்கிறியா?”

அதற்கு அவள் எந்தப் பதிலும் கூறவில்லை.

அதற்கு மேல் அவள் எதுவும் சொல்வாள் என்று தோன்றவில்லை. சுதா எழுந்தாள்.

“தேங்க்ஸ் கோவிந்த். நான் இவளை வீட்டுல விட்டுட்டுப் போறேன்” என்றாள்.

மல்லிகா எழுந்து, “தேங்க்யூ பாய் ஸாஹேப், தேங்க்யூ பாபிஜீ” என்றாள் சற்றுக் குழறியபடி. தற்கொலை முயற்சி, பலர் வந்து காப்பாற்றியது, கோவிந்த் வீட்டுக்கு வந்தது எல்லாமே அவளைப் பாதித்திருந்தன. ஆடிப்போயிருந்தாள். கோவிந்த் அவளைத் தட்டித் தந்தார். மீனா அவளை அணைத்துக்கொண்டாள்.

“எந்தப் பிரச்சினையானாலும் கவலைப்படாதே மல்லிகா. நாங்கள்லாம் இல்லையா?” என்றபடி விடைகொடுத்தார் கோவிந்த்.

வண்டியில் உட்கார்ந்ததும் அவள் வீட்டுக்கு ஓட்டாமல் வர்ஸோவா கடற்கரைக்குக் கூட்டிப்போனாள். வேகவைத்த பொட்டுக்கடலையை நசுக்கி வறுத்து மசாலா சேர்த்த ‘சனா ஜோர் கரம்’ இரண்டு பொட்டலங்கள் வாங்கிக்கொண்டு ஒதுக்குப்புறமாக அமர்ந்துகொண்டபின் அவளிடம் ஒரு பொட்டலத்தைத் தந்தாள். மல்லிகா வாங்கிக்கொண்டு மெல்லச் சாப்பிட ஆரம்பித்தாள். அவள் தோளில் கையைப் போட்டு அணைத்து, “மல்லிகா, இப்ப நீ ஒண்ணும் சொல்ல வேண்டாம். ஒரு சாயங்காலத்துல ரொம்ப நடந்திடுச்சு. கொஞ்சம் சாந்தப்படுத்திக்க. உனக்கு என்ன பிரச்சினையானாலும் எப்ப தோணுதோ அப்ப மனசுவிட்டுப் பேசு மல்லிகா. ஆனால் ஒண்ணு மட்டும் நீ எனக்கு வாக்குத் தரணும். தற்கொலை பண்ணிக்க நினைக்காதே. உங்கம்மா ஒடைஞ்சு போயிடுவாங்க. அவங்களுக்கு உன்னை விட்டா வேற யாரு இருக்காங்க? சொல்லு” என்றதும் பொட்டலத்தைக் கீழே வைத்துவிட்டு விக்கி விக்கி அழ ஆரம்பித்தாள் மல்லிகா. அவள் முதுகைத் தடவித் தந்தபடி இருந்தாள் சுதா.

“உனக்கு ஏதாவது மனசுல கவலையோ பயமோ இருந்தா சொல்லு. எனக்குத் தெரிஞ்ச சைக்கியாட்ரிஸ்ட் இருக்காங்க. அவங்ககிட்ட உன்னைக் கூட்டிட்டுப் போறேன்” என்றாள் சமாதானமாக.

மல்லிகா ஏதும் கூறவில்லை. பிறகு “வீட்டுக்குப் போகலாம் சுதாம்மா” என்றாள்.

எழுந்து தண்ணீர் பாட்டில் ஒன்று வாங்கி மல்லிகாவை முகம் கழுவிக்கொள்ளச் சொன்னாள். முகம் கழுவிக்கொண்டு கொஞ்சம் தண்ணீர் குடித்ததும் அவள் முகம் சற்றுத் தெளிந்தது. வண்டியில் அமர்ந்ததும், “சுதாம்மா, அம்மாகிட்டச் சொல்லவேண்டாம்” என்றாள். “இல்லை. சொல்லலை. வீட்டுக்குக்கூட வரமாட்டேன். ‘வேலை இருந்தது, லேட் ஆயிட்டுது’னு சொல்லிடு” என்று அவள் சொன்னதுமே மல்லிகாவின் கைபேசி ஒலிக்க ஆரம்பித்தது. செல்லம்மாள்தான் கூப்பிட்டிருந்தாள்.

“இதோ வரேம்மா. லேட்டாயிடுச்சு” என்றாள் மல்லிகா.

அவளை வீட்டிலிருந்து சிறிது தொலைவில் இறக்கிவிட்டாள் சுதா.

“தேங்க்யூ சுதாம்மா” என்றால் மல்லிகா.

“அசடு. எதுக்கு தேங்க்ஸ்? ஜாக்கிரதையா போ” என்றாள் சுதா.

வீடு திரும்பியபோது நரேன் வெளியறையில் தேநீர் குடித்தபடி டி.வி. பார்த்துக்கொண்டிருந்தான். அருணா அவளறையில் கணினியில் எதையோ செய்துகொண்டிருந்தாள். அங்கிருந்தே கையை ஆட்டினாள்.

“ஏதாவது வேலையா?” என்று கேட்டான் நரேன்.

“ஆமாம்” என்றுவிட்டுக் கைகால் கழுவப்போனாள். திரும்பி வந்து நரேன் அருகில் அமர்ந்துகொண்டாள். அருணாவும் வந்து அமர்ந்துகொண்டாள். டி.வி.யில் தொழிலதிபர் பற்றிய செய்தி ஓடிக்கொண்டிருந்தது. அதைப் பற்றிப் பேச ஆரம்பித்து பேச்சு அங்கும் இங்கும் ஓடியது. டி.வி.யை அணைத்துவிட்டான் நரேன். இடையே அருணா, “அம்மா, நான் ரெண்டு நாள் முன்னால மல்லிகா தீதியைப் பார்த்தேன்” என்றாள்.

“எங்க?”

“காய்கறிக் கடையும் பேக்கரியும் வெச்சிருக்காரே மஹ்மூத் காகா அவரோட மகன் இல்ல அமன்? அவனோட பார்த்தேன்.”

"ரொட்டி கிட்டி வாங்க வந்திருப்பா."

"இல்லம்மா. ரொட்டிக்கடைக்குப் பக்கத்துல ஒரு சந்து இருக்கில்ல, அந்த வழியா நான் போயிட்டிருந்தேன். அங்க அவங்களைப் பார்த்தேன். எனக்கு முன்னால கையைப் பிடிச்சுட்டுப் போயிட்டிருந்தாங்க."

"சேர்ந்து படிச்சவங்கதானே? ஏதாவது பேசிட்டிருந் திருப்பாங்க" என்று பேச்சை மாற்றினாள்.

மஹ்மூத் காகா அந்தப் பகுதியில் எல்லோருக்கும் பிரியமானவர். காய்கறிக் கடையும் பேக்கரியும் நடத்துபவர். பேக்கரியில் தேநீரும் கிடைக்கும். அருமையான மசாலா தேநீர். காய்கறி வாங்கியதும் கொத்தமல்லி, பச்சைமிளகாய், கருவேப்பிலை, இஞ்சி எல்லாவற்றையும் அள்ளிப் போடுவார். கூடவே சாயும் காரி பிஸ்கட்டும் வரும். "காகாஜி, இவ்வளவு இலவசமாகத் தந்தால் வியாபாரம் நஷ்டமாகிவிடும்" என்று சுதா கேலி செய்தால், "அல்லா தருவார் சுதா மேடம்" என்பார். கபீர்ப் பிரியர். ஏதாவது கபீர் தோஹா சொல்லாமல் விடமாட்டார். அமன் அவர் மகன்.

மறுநாள் செல்லம்மாள் வரும் முன்பே ரொட்டி வாங்கப்போனாள். அமன் மலர்ந்த முகத்துடன் வரவேற்றான்.

கோதுமை ரொட்டியை வாங்கிவிட்டு, "அமன், ஒண்ணு கேட்டால் கோவிச்சுக்க மாட்டியே?" என்றாள் ஹிந்தியில். கடையின் ஒரு மூலையில் இருந்தனர். வரும் மற்ற வாடிக்கையாளர் களைக் கடைப்பையன் கவனித்துக்கொண்டான்.

"என்ன ஆன்ட்டி இது? உங்ககிட்ட கோவம் வருமா? நீங்க என் அம்மி மாதிரி" என்றான்.

குரலைத் தாழ்த்தி, "உனக்கும் மல்லிகாவுக்கும் ஏதாவது உறவு இருக்கிறதா?" என்றாள்

சற்றுத் திடுக்கிட்டான். பிறகு மெல்ல, "ஆமாம் ஆன்ட்டி" என்றான்.

"நீயும் அவளுமாக மஹாபலேஷ்வர் போனீங்களா?" என்று கேட்டாள்.

அதிர்ந்துபோனான்.

"இல்லவே இல்லை ஆன்ட்டி. அப்படி எல்லாம் ரகசியமா செய்யற ஆளு நான் இல்லை. பிக்னிக் போனால் அதுல என்ன ரகசியம்? போன மாசம் கூட நாங்க சிலபேர் கர்ஜத் போனோம். அவங்கம்மாவுக்குத் தெரியும்" என்றான்.

சாரஸ் பறவை ஒன்றின் மரணம்

"சமீபத்துல ஏதாவது சண்டை நடந்ததா?" என்று கேட்டாள்.

சற்றுத் தயங்கினான்.

"இவ்வளவு வருஷம் பழகிட்டுக் கல்யாணம் செய்துக்கலாம்னா சம்மதிக்க மாட்டேங்குறா. என்ன விஷயம்னு சொல்ல மாட்டேங்குறா. அதைக் கேட்டதும் கோவிச்சுக்கிட்டா."

"நீங்க மதம் மாறச் சொன்னீங்களோ? நீங்கன்னா உங்க குடும்பத்துல."

"இல்லவே இல்லை ஆன்ட்டி. அம்மிக்கும் பாபாவுக்கும் அதிலெல்லாம் விருப்பமே கிடையாது."

"ஒரு வேளை வேற யாராவது ஏதாவது செய்யலாம்னு பயம் இருக்கலாம்."

"ஆன்ட்டி, எனக்கு நிறைய ஹிந்து நண்பர்கள் இருக்காங்க. அவங்களுக்கு இதுல எல்லாம் எந்த மறுப்பும் கிடையாது."

"இல்லை, லவ் ஜிஹாத் அதுஇதுன்னு யாராவது..."

"ஆன்ட்டி, பெண்களை ஏமாத்தி ஸிரியா கொண்டுபோறவங்க வேற. நான் அவளை எந்த வகையிலும் மாத்த விரும்பலை. போன வருஷம் எங்கக்கா நிக்காஹ் நடந்தபோது கூட எங்க அம்மி மல்லிகாவுக்கு புது ட்ரெஸ் வாங்கித் தந்தாங்க. செல்லம்மா ஆன்ட்டி கூட வந்திருந்தாங்க. நீங்க கூட வந்திருந்தீங்களே ஆன்ட்டி? அருணாவுக்குக் கூட அம்மி புது ட்ரெஸ் வாங்கினாங்களே?"

"பின்ன எதுக்குச் சண்டை?"

"'இப்ப முடியாது, இப்ப முடியாது'ன்னு சொல்லிட்டே இருந்தா. 'சரி, அப்படீன்னா எப்பவுமே வேண்டாம்'னு கோவத்துல சொல்லிட்டேன்" என்றான் தயங்கியபடி.

அதன் விளைவு அவள் தற்கொலை முயற்சி என்று அவள் முந்தைய நாள் சம்பவத்தைக் கூறியதும் துடிதுடித்துப் போய்விட்டான்.

அவனைச் சமாதானப்படுத்தி அவள் மனத்தில் என்ன இருக்கிறது என்று தெரியும்வரை பொறுமை காக்கச் சொன்னாள். ஏதோ அவளை வாட்டுகிறது; அதைத் தெரிந்துகொள்ளும்வரை அவன் திருமணம் பற்றிப் பேச வேண்டாம் என்று கூறினாள்.

"ஸாரி ஆன்ட்டி, ஸாரி ஆன்ட்டி" என்றான் பலமுறை. பாபாவிடம் எதுவும் சொல்லவேண்டாம் என்றான்.

குழப்பத்துடன் வீடு நோக்கி நடக்க ஆரம்பித்தாள்.

○ ○ ○

செல்லம்மாள் இன்னும் வந்திருக்கவில்லை. கோவிந்துடன் பேச வேண்டும் என்று தோன்றியது. கூப்பிட்டு அமன் பற்றிக் கூறினாள். “ஏதோ ஒரு முடிச்சு இருக்கு கோவிந்த். அமன் முழு உண்மையைச் சொல்றானான்னே சந்தேகமா இருக்கு. மல்லிகா தற்கொலைவரைக்கும் போக ஏதோ மன அழுத்தம் இருக்கு” என்று பேசிக்கொண்டே போனாள்.

“தீதி, பதற்றப்படாதீங்க. பார்க்கலாம்.”

“இல்லை கோவிந்த், அவளோட தற்கொலை முயற்சி எனக்குப் பெரிய அதிர்ச்சி. பாவம், செல்லம்மாள்! தெரிஞ்சா அவ உயிரே போயிடும்.”

“ஆமாம்.”

“ஒண்ணு பண்ணலாமா கோவிந்த்? அவள் மஹாபலேஷ்வர் யாரோடு போனான்னுட்டுக் கண்டுபிடிக்கலாமா? அந்த ஹோட்டல் பேரு ஜே.பி. ஃபார்ம் ஹவுஸ். ஹோலிக்கு ரெண்டு நாள் முன்னால் போய் மூன்று நாள் போல இருந்திருக்கா. எனக்கு அவள் ஒரு வேளை அமன் கூடப் போயிருப்பாளோன்னு சந்தேகம் ...”

“என்ன தீதி இது? ஒருத்தரை ஒருத்தர் விரும்பும்போது ஒரு ரெண்டு நாள் போறதுல என்ன தப்பு? அதில் என்ன சந்தேகம் உங்களுக்கு? செல்லம்மா மௌஸிக்கு இதெல்லாம் புரியாதுன்னு மல்லிகா மறைச்சிருக்கலாம்.”

“என்ன கோவிந்த்? அவள் போனதைத் தப்புன்னா நான் சொன்னேன்? அங்க போன இடத்துல ரெண்டு பேருக்கும் ஏதாவது பெரிய சண்டை வந்திருக்கலாம். அதனால் ஒருவேளை இந்தத் தற்கொலை முயற்சியோன்னு சந்தேகம் வருது.”

“சரிதான். நான் விசாரிக்கிறேன்.”

“தேங்க்ஸ் கோவிந்த்.”

“நீங்கள் இவ்வளவு பதற்றப்பட ஒண்ணுமே இருக்காது தீதி. சின்னப் பொண்ணு. ஏதோ மனக்குழப்பம். பார்க்கலாம்.”

பேசி முடித்தபிறகுகூட மனத்தில் குழப்பம் நீடித்தது. தற்கொலை ஒரு விபரீதமான எண்ணம். மல்லிகா மாதிரி ஒரு பெண்ணைத் தற்கொலைவரைக்கும் தள்ளுவது எதுவாக இருக்கும்?

செல்லம்மாள் வந்தாள். சமையலறையிலிருந்த ரொட்டியைப் பார்த்து, “முழு ரொட்டியும் பிரிக்காமலேயே கிடக்குதே? அருணாவும் நரேன் பாபுவும் ஒண்ணும் சாப்பிடாமலா போனாங்க?” என்றாள்.

“இல்ல. ‘பாவ்’ இருந்துதில்ல? முட்டை—‘பாவ்’ சாப்பிட்டுட்டுப் போனாங்க. நான் இப்பப் போய் எனக்கு வாங்கிட்டு வந்தேன். எனக்கு ‘பாவ்’ பிடிக்காதே? அதனால.”

“சரி. இன்னுமா காலைப் பலகாரம் சாப்பிடலை நீங்க? ரொட்டி வாட்டவா? என்றாள்.

“சரி.”

“ரொட்டி வாட்டி இஞ்சிச் சாய் போடறேன். உங்க லவங்கப்பட்டைச் சாய் எல்லாம் அப்புறமா குடியுங்க. குளிச்சிட்டீங்களா? வேலை எதுவும் இல்லையா? மூஞ்சியெல்லாம் வாடி இருக்குதே? வீட்டுலன்னா மல்லிகா நேத்து ‘லேட்’டா வந்தா. இன்னிக்கு என்னவோ அடிச்சுப்போட்டா மாதிரி தூங்குறா.”

திடுக்கிட்டது.

“எழுந்துக்கலையா அவ?”

“எழுந்திச்சு. அப்புறம் திரும்பித் தூங்கிடுச்சு. ஏகப்பட்ட நோட்புக் இருக்கு திருத்த.”

பேசிக்கொண்டே ரொட்டியை வாட்டி, வெண்ணெய் தடவி இஞ்சித் தேநீருடன் சாப்பாட்டு மேசையில் வைத்தாள். தன்னுடைய கோப்பையுடன் வந்து அமர்ந்தாள்.

என்ன சமைப்பது என்றெல்லாம் பேசும்போதே ஸ்டெல்லா வந்தாள்.

“ஹேய்! எனக்குச் சாய் இல்லையா?” என்றாள்.

“வெச்சிருக்கேன் கெட்டில்ல. எடுத்துக்க” என்றாள் செல்லம்மாள்.

ஸ்டெல்லா வந்து அமர்ந்ததும் “நான் என் வேலையைப் பார்க்கறேன்” என்றுவிட்டுச் செல்லம்மாள் எழுந்துபோனாள். மாலு வந்து தன் வேலைகளைச் செய்யத் தொடங்கினாள்.

ஸ்டெல்லாவும் சுதாவும் அலுவலகப் பகுதிக்குப் போனார்கள். கண்ணாடி இழு கதவை மூடிவிட்டு, ஸ்டெல்லாவிடம் மல்லிகா பற்றிய முந்தைய மாலைச் சம்பவம் குறித்தும் அன்று அமனிடம் பேசியதையும் கூறினாள் சுதா. தற்கொலைச் சம்பவம் ஸ்டெல்லாவையும் அதிர்ச்சிக்குள்ளாகியது.

“நாம நினைச்சதை விட இது பெரிய விஷயமா போயிட்டுதே சுதாம்மா?” என்றாள்.

"ஏதோ விஷயம் இருக்கு ஸ்டெல்லா. புரிய மாட்டேங்குது" என்றாள்.

கைபேசி ஒலித்தது. கைபேசித் திரையில் கோவிந்தின் பெயர் தெரிந்தது.

"போலா கோவிந்த்" என்றாள்.

"தீதி, அந்த ஹோட்டல்ல அந்த தேதிகள்ல அங்க இருந்தது மல்லிகாவும் நிர்மலா சித்ரேயும்."

"யார் அது?"

"நான் பார்த்துட்டேன். அது அவங்க ஸ்கூல் ஹெட்மிஸ்ட்ரஸ். ரொம்ப நல்ல பேர் எடுத்தவங்க. போன வருஷம் ஆசிரியர் விருது வாங்கினவங்க."

"சரிதான்."

வழக்கம்போல் ஒரு முட்டுச்சந்து.

○ ○ ○

மல்லிகாவை மனத்தில் இருத்தியபடியே மற்ற வேலைகளைப் பார்க்க முற்பட்டபோது வித்யாசாகர் ராவ்தேயிடமிருந்து அழைப்பு வந்தது. தொழிலதிபர் வழக்கு பற்றி விசாரித்தார். அவருக்குத் தொழிலதிபரைப் பற்றிய சில சுவாரசியமான விவரங்கள் தெரிந்திருந்தன. தினசரிகளில் வராதவை. எப்போதும்போல் அந்தக் கதைகளைக் கூறிச் சிரிக்கவைத்தார். பேச்சுவாக்கில் கடந்த ஆண்டு ஆசிரியர் விருது வாங்கிய நிர்மலா சித்ரேயைத் தெரியுமா என்று கேட்டபோது நன்றாகத் தெரியும் என்றார். நல்ல ஆசிரியை, பரோபகாரி என்றார். இப்படியெல்லாம் சொன்னால் அதன் பிறகு ஓர் 'ஆனால்' இருக்கும் வழக்கமாக. இந்த முறை அதைச் சொல்லவில்லை. "ஆனால்?" என்று எடுத்துக்கொடுத்தாள் சுதா.

"15–20 வருஷம் முன்னால ஒரு அசம்பாவிதம் நடந்து போச்சு" என்றார்.

"என்னது அது?"

"இப்போ மாதிரி அப்போ பலருக்குச் சரியான புரிதல் கிடையாது இந்த மாதிரி விஷயத்துல. அதனால நடந்த அசம்பாவிதம்."

"எந்த மாதிரி விஷயம்?"

"நிர்மலாவுக்கு ஆண்கள் மேல நாட்டம் கிடையாது..."

“ஓ!”

“அதுல ஒரு தப்பும் இல்லை. ஆனால் நிர்மலா ரொம்ப நெருக்கமா இருந்த சிநேகிதியும் இவளும் இது பத்தி வெளிப்படையா எதுவும் சொல்லாம சேர்ந்து இருந்தாங்க. அந்தச் சிநேகிதி வீட்டுலயும் நிர்மலா வீட்டுலயும் வழக்கமான இஞ்சினீயர் மாப்பிள்ளை, ஐ.ஏ.எஸ் மாப்பிள்ளைனு சொல்லி கல்யாணத்துக்கு வற்புறுத்தியிருக்காங்க. ரெண்டுபேருமா சேர்ந்து தற்கொலை செய்யத் திட்டமிட்டாங்க. திட்டம் நிறைவேறிச்சு. ஆனால் நிர்மலாவைக் காப்பாத்திட்டாங்க. அந்தப் பொண்ணு இறந்துபோயிட்டா. பெரிய கேஸா ஆகாமல் எப்படியோ தடுத்துட்டாங்க.”

“எப்படித் தடுத்தாங்க?”

“நான்தான் உதவி பண்ணினேன்னு வெச்சுக்கயேன்.”

“சரிதான்.”

“எதுக்கு இப்போ நிர்மலா பற்றி இவ்வளவு விசாரிக்கிறாய்?” என்று கேட்டார்.

மல்லிகா பற்றிக் கூறியதும், “இதுல ஏதோ சிக்கல் இருக்கு. சுதா, நீ நிர்மலாவைப் போய்ப் பாரு. அருமையான மனுஷி. பல விஷயங்களைப் படிச்சவள்” என்றார்.

“சந்திக்க ஒப்புத்துக்குவாங்களா?” என்றாள்.

“கட்டாயம் ஒத்துப்பா. ரொம்ப நல்ல மனசு அவளுக்கு. இந்த விஷயம்னு சொல்லாமல் கேளு. இதுல ஏதோ குழப்பம் இருக்கு” என்றார்.

“சரி குருஜீ.”

சிறிது நேரத்துக்குப் பின் நிர்மலாவின் எண்ணை அனுப்பினார்.

சற்றுத் தயக்கத்துடன் எண்ணை அழுத்தியதும் கனிவான ஒரு குரல், “ஹலோ மீ நிர்மலா போல்தேய்” என்றது.

❍ ❍ ❍

தன்னை ஓர் ஊடகவியலாளராக அறிமுகப்படுத்திக்கொண்டதும் நிர்மலா சந்திப்பதற்கானத் தேதியை உடனே தந்தார். சந்திப்பதற்கு முன் நிர்மலாவைக் குறித்தத் தகவல்களைச் சேகரிக்கலாம் என்று வலையில் புகுந்தபோது அவர் ஆசிரிய விருது பற்றிய பல கட்டுரைகள் கிடைத்தன. ஒரு தினசரியின் மூலையில் சட்டப் பிரிவு 377ஐ எதிர்த்து மாற்றுப் பாலினத்தவர், ஓரினச்

சேர்க்கையாளர், இருபால் உணர்வாளர்கள் நடத்திய ஊர்வலம் ஒன்றில் கலந்துகொண்டவர்களின் பெயர்களில் அவர் பெயரும் இருந்தது. இன்னும் சற்று முனைந்து தேடியபோது அவர் எழுதிய அந்த மராட்டிக் கட்டுரை கிடைத்தது. உருக்கமான மொழியில் எழுதிய சிறு குறிப்பு:

சுனந்தா

தெரியவில்லை. உன்னைப் பற்றி என்ன எழுத வேண்டும் என்று. இன்று அதே நாள். நாமிருவரும் சேர்ந்து மரிக்க நினைத்த நாள். சுனந்தா என்ற பெயருக்கு மத்ஸ்ய புராணத்திலிருந்து மகாபாரதம் வரை பல அர்த்தங்கள் உண்டு. புராணங்களில் பல சுனந்தாக்கள் உண்டு. மனுஷிகளாகவும் தேவியாகவும். எனக்கு நீ எப்போதும் உள்ளத்தைக் குதூகலிக்க வைப்பவள். உவகை பொங்குபவள். கல்லூரியில் சிரிக்கும் கண்களுடன் நீ என்னைத் திரும்பிப் பார்த்து முதன்முறை சிரித்தது முதல், கை நிறையத் தூக்க மாத்திரைகளை விழுங்கும் முன் என்னைத் திரும்பிப் பார்த்துச் சிரித்ததுவரை நீ உவகை கூடியவளாகவே இருந்தாய். எப்படி உனக்கு இது சாத்தியப்பட்டது?

1996 முதல் 1999 வரை நாம் இருந்த வீட்டில் நான் இப்போது இல்லை. அதன் ஒவ்வொரு மூலையிலும் எனக்கு நீ தெரிந்தாய் என்பதால் அல்ல. அங்குதான் நீ என்னை விட்டுப் பிரிந்தாய் என்பதால். மாத்திரைகளை உட்கொண்டபின் அணைத்தபடி கிடந்தோம். சாவு பறப்பதுபோல் என்றாய். அது வேகமாய் ஆடும் ஊஞ்சலிலிருந்து தலைகுப்புற விழுவதுபோல் என்றேன் நான். சிரித்தாய். முத்தமிட்டாய். எப்படி நான் பிழைத்தேன், எப்படி நீ இறந்தாய் சுனந்தா, என் அன்பே!

யாருக்குப் புரியும் இந்த அன்பு? அதன் மென்மை; அதன் தொடுகை; அதன் பரிவு; அதன் நிறைவு – இவற்றை எந்தச் சொற்களில் எழுத முடியும்? அதை ரகசியமாக வைத்திருந்தோம். நமக்கு மட்டுமானது என்பதால்.

திருமண உறவில் தம்பதிகளில் ஒருவர் இறந்தால் மற்றவர் கைம்மை நிலையை அடைகிறார். விதவை என்கிறோம்; விதுரன் என்கிறோம். நம் போன்ற உறவில் ஒருவர் மரித்தால் மற்றவர் யார்? நான் அதற்கு ஒரு சொல் கண்டுபிடித்திருக்கிறேன். அந்தச் சொல் சுனந்தா. உறவின் அத்தனை ஆனந்தங்களையும்

சோகங்களையும் உள்ளடக்கிய சொல். உனக்குப் பின் நான் சுனந்தாவாகிப் போனேன். நமக்குள் சண்டை நடக்கவில்லையா என்ன? கட்டாயம் நடந்தது. கோபம், பொறாமை, சுணக்கம், ஆங்காரம், அலட்சியம் எல்லாமும் இருந்தன. ஆனால் மீண்டும் மீண்டும் நம்மிருவருக்கும் நாமே இருந்தோம். சண்டை போட்டுக்கொண்டோம். சமாதானம் செய்துகொண்டோம். கோபித்துக்கொண்டபின் கொஞ்சிக்கொண்டோம். எனக்கு வேலை கிடைத்து விட்டது. உனக்குச் சரியான வேலை கிடைக்கவில்லை. தன்னிச்சையாகச் செயல்பட விரும்பினாய். மாற்றுக் கல்விமுறையில் ஆர்வம் இருந்தது உனக்கு. பணத்தட்டுப்பாடு வரும். "ஏதாவது வேலை பாரேன். நான்தான் உழைக்கணுமா?" என்று ஒரு நாள் கத்தினேன். கத்தியவுடன் மன்னிப்புக் கேட்டேன். நீ வெளியே போய்விட்டாய். திரும்பி வந்தபோது என் கையில் நூறு ரூபாய் நோட்டுகளை வைத்தாய். வளையல்களை விற்றிருந்தாய். அழுதேன். "எனக்குப் பிடிச்ச வேலை கிடைச்சதும் திரும்ப வாங்கிக்கலாம்" என்று சமாதானப்படுத்தினாய். பிளாஸ்டிக்கால் மூடிய ஒரு சட்டியில் பெங்காலி மிட்டாய்க் கடையிலிருந்து ரஸ்மலாய் வாங்கிவந்திருந்தாய். அதுதானே நமக்குள் ஒப்பந்தம்? சண்டை போட்டவுடன் இனிப்புச் சாப்பிட்டுவிட வேண்டும்.

நம் பெற்றோர்களுக்குத்தான் புரியவில்லை. தினம் அழைப்புகள் வரன்கள் பற்றிக் கூறி. ஒரு குறிப்பிட்டக் குடும்பத்திலிருந்து வந்த சம்பந்தம் உன் பெற்றோருக்கு மிகவும் பிடித்துப்போய்விட்டது. "இதையும் நீ மறுத்தால் விஷம் குடித்துவிடுவேன்" என்றாள் உன் ஆயி. பிறகுதான் முடிவெடுத்தோம்.

எல்லாம் முடிந்த பிறகு உன் பெற்றோர்களுக்கு என்ன தோன்றியதோ, உன் அஸ்தியில் கொஞ்சம் ஒரு மண் குடுவையில் போட்டுத் தந்தார்கள் என்னிடம். வெகு நாட்கள் வைத்திருந்தேன். பிறகு ஓர் ஆண்டு இந்த நாளில் அஸ்தமன வேளையில் கடலில் கரைத்தேன். உனக்குப் பிடித்த வேளை அது. எல்லாம் கரைந்து சிவப்பாய் வானில் ஒழுகும் வேளை என்பாய்.

இப்போது நான் இருக்கிறேன். நான்; ஒரு சுனந்தா.

o o o

வாயில் மணி அடித்துவிட்டு சுதா நின்றாள். கதவைத் திறந்த பெண்மணிக்கு நாற்பது நாற்பத்தைந்து வயதிருக்கலாம். சாந்தமான சிரித்த முகம். சிவப்பில் மஞ்சள் பூக்கள் ஒரு பக்கத்தில் பூவேலை செய்திருந்த கமீஸூம் மஞ்சள் ஸல்வாரும் அணிந்திருந்தாள். உட்காரச் சொல்லிவிட்டு, "சாய் குடிக்கலாமே?" என்றபடி தேநீர் தயாரிக்கப் போனாள். அதிகம் இட்டு நிரப்பாத அறை. உச்சநிலை எளிமை முறையில் ஆர்வம் கொண்டவர் போலும். தாழ்வான மேசை ஒன்றில் ஓர் இளம்பெண்ணின் புகைப்படம் இருந்தது. சுனந்தாவாக இருக்கலாம்.

இரண்டு கோப்பைத் தேநீரும் ஒரு தட்டில் மாவா கேக் வில்லைகளும் ஷ்ரூஸ்பரி பிஸ்கோத்துகளும் வைத்துக்கொண்டு வந்தாள். புனேயின் கயானி பேக்கரியின் சிறப்புத் தின்பண்டங்கள். அவள் மனத்திலிருந்ததைக் கண்டுகொண்டவள்போல், "கயானி மூடியிருந்தார்கள் இல்லையா? இப்போது திரும்பத் திறந்தாகிவிட்டது. அதே இடத்தில். எங்கண்ணா புனே போயிருந்தார். அவர் கொண்டுவந்தார்" என்றாள் ஆங்கிலத்தில்.

மாவா கேக் வாயில் கரைந்தது.

"ஏதோ பேச வேண்டும் என்று சொன்னீர்களே?" என்று ஆங்கிலத்திலேயே பேச்சைத் தொடர்ந்தாள்.

"ஆமாம். நான் உங்கள் விருது பற்றிப் பேச நினைத்தேன்."

"ஏதாவது பத்திரிகைக்கா?"

"ஆமாம். நான் இப்படித் தனிப்பட்ட முறையில் எழுதுவது உண்டு."

"என்னைப் பற்றி எப்படித் தெரியும்?"

"வித்யாசாகர் ராவ்தே சொன்னார். தவிர உங்கள் ஸ்கூல் டீச்சர் மல்லிகா எனக்கு ரொம்பத் தெரிஞ்ச பொண்ணு" என்றாள் மராட்டியில்.

வித்யாசாகர் பெயரைக் கேட்டதும் மலர்ந்த முகம் மல்லிகாவின் பெயரைக் கேட்டதும் சற்று உறைந்துபோயிற்று.

சிறிது மௌனத்துக்குப் பின் "நீங்க ஜர்னலிஸ்ட் இல்லைனு தோணுது" என்றாள் மராட்டியில்.

சற்றுத் தயங்கிவிட்டு, "இல்லை. நான் ஜர்னலிஸ்ட் இல்லை. மல்லிகாவின் குடும்பத்துக்கு வேண்டியவள்" என்றாள்.

கோப ரேகை ஒன்று முகத்தில் ஓடியது. பிறகு சுதாரித்துக் கொண்டு, "நீங்கள் வெளிப்படையாகச் சொல்லியிருக்கலாமே?" என்றாள்.

"இல்லை. விஷயம் கொஞ்சம் சிக்கலானது" என்றுவிட்டு மல்லிகாவின் தற்கொலை முயற்சியைப் பற்றிக் கூறினாள்.

பதறிப்போனாள் நிர்மலா சித்ரே.

"இதற்கான காரணம் எதுவும் உங்களுக்குத் தெரியுமா, நிர்மலாஜீ?"

"எனக்கு எப்படித் தெரிய முடியும்?"

சற்று அமைதியாக இருந்துவிட்டு, "நீங்களும் அவளும் மஹாபலேஷ்வர் போயிருந்தீங்க இல்லையா?" என்றாள்.

"நீங்க எல்லா விவரமும் தெரிஞ்சுட்டுத்தான் வந்திருக்கீங்க."

"இல்லை நிர்மலாஜீ. வித்யாசாகர்ஜி உங்களைப் பற்றி ரொம்ப உயர்வா சொல்லியிருக்கார். உங்கள் மேல நான் ரொம்ப மதிப்பு வெச்சிருக்கேன். விவரம் எதுவும் தெரியாமத்தான் வந்திருக்கேன். தப்பா நினைக்காதீங்க."

"மல்லிகா ஏதாவது சொன்னாளா?"

அவள் தான் படித்த கட்டுரை பற்றியோ அங்கு வருவதற்கு முன் மல்லிகாவைச் சந்தித்தது பற்றியோ எதுவும் கூறவில்லை.

நிர்மலாவிடம் எதுவும் பேசும் முன் மல்லிகாவிடம் பேச வேண்டிய அவசியம் இருந்தது. அவளைப் பாந்த்ராவில் இருந்த கேஃபே மோஷேஸ் சிற்றுண்டிச்சாலைக்கு வரச் சொன்னாள். அங்கு உட்கார்ந்து அமைதியாகப் பேசலாம். மல்லிகா வந்தபோது சுரத்தில்லாமல் இருந்தாள். சிற்றுண்டிக்கும் பால் கலந்த சூடான சாக்கலேட் பானத்துக்கும் சொல்லிவிட்டுச் சிறிது மௌனமாக இருந்தாள் சுதா. பிறகு மல்லிகாவிடம் அமனிடம் பேசியது பற்றியும் நிர்மலா சித்ரே பற்றித் தான் அறிந்தவற்றையும் அவள் மிகவும் மதிக்கப்படும் ஒரு நபர் என்றும் கூறிவிட்டு மஹாபலேஷ்வர் அவருடன் போனது எப்படி என்று கேட்டாள்.

மல்லிகா உடனடியாகப் பேசவில்லை. அவள் பேசாவிட்டால் விஷயம் விபரீதமாகப் போய்விடும் என்றதும், "அவங்க எனக்கு ரொம்ப உதவி பண்ணினாங்க. ரொம்ப உற்சாகப்படுத்தினாங்க. அவங்க ஹெட்மிஸ்ட்ரஸ் வேற. வேலை போயிடும்னு பயமா இருந்தது. அதனால கேட்டப்போ ஒத்துகிட்டேன். எனக்கு விருப்பமில்லை. அவங்களுக்காக. அவங்க நல்ல மனசுக்காக. சுனந்தானு கூப்பிடுவாங்க என்னை. . ." குரல் நடுங்கியது.

"விருப்பமில்லைனு நீ சொல்லியிருக்கலாமே?"

"எப்படிச் சொல்றதுன்னு தெரியலை. அப்புறமா சொல்லலாம்னு தள்ளிப் போட்டுட்டே வந்தேன். அம்மாவேற மாப்பிளை பார்க்க ஆரம்பிச்சுட்டாங்க. நிர்மலா மேடம்கிட்ட எப்படிச் சொல்ல முடியும்? மஹாபலேஷ்வர்ல அவங்க மோதிரம் எல்லாம் போட்டுவிட்டாங்க..."

கைப்பையிலிருந்து எடுத்துக் காட்டினாள். பல முத்துகள் பதித்த மோதிரம். நிர்மலாவின் அம்மாவுடையதாம்.

"எப்படி மறுக்கறதுன்னே தெரியலை. அப்படி அன்பைப் பொழியறாங்க. மஹாபலேஷ்வர்ல 'நாம சேர்ந்து இருக்கலாமா? என் வீட்டுக்கு வந்திடு'ன்னாங்க."

"அவ்வளவு அன்பா இருந்தவங்ககிட்ட நீ விருப்பமில்லைன்னு சொல்ல வேண்டாமா?"

சும்மா இருந்தாள்.

"உனக்கும் இதுதான் விருப்பம்னா சொல்லு மல்லிகா. இதுல ஒரு தப்பும் கிடையாது. செல்லம்மாள்கிட்ட நான் விளக்கிச் சொல்றேன். உன் மனசுல என்ன இருக்கு? சொல்லு. அமனும் வேணும், நிர்மலாவும் வேணும்னுட்டுத் தோணுதா?"

இல்லை என்று தலையசைத்தாள்.

"அப்படியும் சிலபேருக்குத் தோணும். இதப் பாரு. எதை நினைச்சு நீ குழம்பறே, அதைச் சொல்லு."

"மறுக்க முடியாமத்தான் ஒத்துகிட்டேன். அவங்க மனசு புண்படக்கூடாதுன்னு. இப்ப விருப்பமில்லை. சொல்ல முடியலை. விரல்ல மோதிரத்தை போடறப்போ அழுதுட்டாங்க. அமன்வேற அன்னிக்கு வேணவே வேணாம்னு கத்திட்டான். அதுதான் அன்னிக்கு..." கண்கள் நிரம்பிவிட்டன.

"சரி. யாரையும் புண்படுத்தாம இதைச் செய்யப் பார்க்கலாம்" என்றுவிட்டு அவளை உற்சாகப்படுத்தினாள்.

இப்போது நிர்மலா சுதாவின் முன்.

"மல்லிகா ஏதாவது சொன்னாளா?" மீண்டும் கேட்டாள் நிர்மலா.

நிர்மலாவின் மனத்தில் இருப்பதை அறிந்துகொள்ளும் பொருட்டு, "இல்லை. அவள் ஒண்ணுமே சொல்லலை. எது அவளை வருத்துதுன்னே தெரியாமத்தான் உங்ககிட்ட வந்திருக்கேன்" என்றாள்.

சிறிது நேரம் மௌனமாக இருந்தாள். பிறகு மெல்லக் கூறினாள்.

"ரொம்பக் கள்ளங்கபடில்லாதவள் அவள். ஒரு சின்ன மொட்டு. யாரும் அவளை எந்த வகையிலும் புண்படுத்திடக்கூடாதுன்னு அவளைப் பத்திரமா பாதுகாத்தேன். ஸ்கூல்ல இருக்கும் ஒரே ஒரு மதராஸியா இருந்ததுனால யாரும் அவளை விளையாட்டுக்குக்கூட ஏளனமாவோ மரியாதையில்லாமயோ நடத்தக்கூடாதுன்னு கவனமா இருந்தேன். ரொம்ப வருஷத்துக்குப் பிறகு சாந்தமா, பொறுமையா, எப்பவும் மலர்ந்த முகமா..."

மேசையிலிருந்த சுனந்தாவின் புகைப்படத்தைப் பார்த்தபடி, "சுனந்தா மாதிரியா?" என்றாள் சுதா.

நிர்மலா சற்றுத் திடுக்கிட்டாள்.

மென்குரலில், "ஆமாம். என் சுனந்தாவைப் பார்த்தேன் மல்லிகாவில்" என்றாள். "என் பொக்கிஷம் அவள். பெரிய பொக்கிஷம். அவள் மனசுல என்ன கவலை இப்படித் தற்கொலை முயற்சி செய்ய? மலரப் போகிற ஒரு பூ மாதிரி நான் அவளைப் பத்திரமா பார்த்துக்கொண்டேனே?" குரல் சற்று உடைந்து முன்பின் அறிமுகமில்லா நபர் முன் தான் உடைந்துபோவது கூச்சமாக இருந்ததாலோ என்னவோ தலையைக் குனிந்து கொண்டார்.

பிறகு குனிந்தபடியே பேசினாள்.

"இந்த மாதிரி உறவு தவறுன்னு நினைக்கிறீங்களா சுதாஜீ?"

"இல்லவே இல்லை. அப்படியெல்லாம் நினைக்கலை. நீங்க தவறா நினைக்கலைன்னா நான் ஒண்ணு சொல்லலாமா?"

"சொல்லுங்க."

சுதா சற்று முன்னால் நகர்ந்து நிர்மலாவின் கரங்களைத் தனதுள் வைத்துக்கொண்டாள்.

"மல்லிகா சின்னப் பெண். பயந்த சுபாவம். இவ்வளவு அன்பு காட்டும் உங்களை மறுக்க முடியலை அவளால. அவள் தன்னோடு படிச்ச ஒரு பையனை விரும்பறா. இந்த உறவுல இருந்து உங்களை புண்படுத்தாம எப்படி வெளில வருதுன்னு தெரியாம தவிக்கிறா ..."

"இந்த உறவு பிடிக்கலையா?" சற்று அதிர்ந்துபோனாள். "விரும்பாததை என்கிட்டச் சொல்லியிருக்கலாமே?"

"ஏதோ பயம். குழப்பம். ஸ்கூல்ல நிலைமை மாறிடுமோன்னு கவலை. நீங்க அவளை மன்னிக்கணும் நிர்மலாஜீ."

தன் கரங்களை விடுவித்துக்கொண்டாள்.

"ரொம்ப அவமானப்படுத்தப்பட்டதுபோல உணர்கிறேன், சுதாஜீ" என்று முணுமுணுப்பதுபோல் கூறினாள்.

"ப்ளீஸ், நீங்கள் அப்படி நினைக்காதீங்க. இது எதுவுமே திட்டம் போட்டுப் பண்ணினது இல்லை."

தன் கைப்பையிலிருந்து மோதிரத்தை எடுத்து சுனந்தாவின் புகைபடத்துக்கு முன் வைத்தாள் சுதா.

நிர்மலா தலை குனிந்தபடி அமர்ந்திருந்தாள்.

சுதா மெல்ல எழுந்து வெளியேறி வெளியிலிருந்து கதவைச் சாத்தினாள்.

O O O

மேலிருந்து பார்த்தபோது கடல் கரிய பாய் விரித்ததுபோல் தெரிந்தது. வண்டியை முனையில் நிறுத்திவிட்டு நடந்துவந்திருந்தாள். உற்றுப் பார்த்தபோது ஓர் அலையுடன் சுனந்தா எழும்பி வந்து சிரித்தாள். கையை ஆட்டி, வா என்று அழைத்தாள். "இதோ வரேன்" என்றாள் நிர்மலா. அலையிலிருந்து எழும்பி கைகள் இரண்டையும் சுனந்தா விரித்ததும் பாய்ந்துபோய் அதில் அடங்கிக்கொண்டாள்.

O O O

திடுக்கிட்டு விழித்துக்கொண்டாள் சுதா. நேரம் இரவு இரண்டு மணி. இன்னும் கரிய அலைகள் மனத்தில் பொங்கியவண்ணம் இருந்தன. திரும்பிப் பார்த்தாள். நரேன் ஆழ்ந்த உறக்கத்தில் இருந்தான். சத்தம் எழுப்பாமல் மெல்ல எழுந்து வெளியறைக்கு வந்தாள். சன்னலைத் திறந்தாள். காற்று முகத்தில் வீசியது. சற்றுத் தூரத்தே கடல் தெரிந்தது.

சிறிது நேரம் ஸோபாவில் அமர்ந்துகொண்டாள். பிறகு நிர்மலாவின் எண்ணை அழுத்தினாள். எடுக்க நேரமாயிற்று. பிறகு தூக்கம் விலகாத குரலில், "ஹலோ சுதாஜீ. என்ன இந்த நேரத்துல? பிரச்சினை ஒண்ணும் இல்லையே?" சற்றுப் பதற்றத்துடன் நிர்மலாவின் குரல் ஒலித்தது.

மன்னிப்புக் கேட்டுவிட்டுத் தன் கனவைக் கூறினாள். "பயந்துவிட்டேன் நிர்மலாஜீ."

ஸாரஸ் பறவை ஒன்றின் மரணம்

நிர்மலா மெல்லச் சிரிப்பது கேட்டது.

“சுதாஜீ, முதல் தடவை சுனந்தாவும் நானும் தற்கொலை செய்துக்கத் தீர்மானிச்சபோது எங்களுக்குச் சின்ன வயசு. மல்லிகா பற்றி நீங்க சொன்னது பெரிய அதிர்ச்சிதான். விருப்பமில்லாமல் அவள் இந்த உறவுல இருந்தான்னு நீங்க சொன்னபோது அவமானத்துல குறுகிப்போனேன். ஆனால் ஒரு நிமிஷம்கூட சாகணும்னு நினைக்கலை. தற்கொலை எதற்கான தீர்வும் கிடையாது. வருத்தம் இருக்கு. ஆனால் கோவம் இல்லை. மல்லிகாகிட்ட என் வாழ்த்துகளைச் சொல்லுங்க. ஸ்கூலுக்கு எந்தத் தயக்கமுமில்லாம வரலாம்னு சொல்லுங்க. அமனோட அவள் கல்யாணம் நடக்கும்போது கட்டாயம் வருவேன். கல்யாணப் பரிசும் தருவேன். நீங்க வெச்சுட்டுப்போன அதே முத்து மோதிரம்தான். நான் என் அன்பை மாத்திக்க முடியாது இல்லையா?”

“தேங்க்யூ ஸோ மச் நிர்மலாஜீ.” சுதாவின் குரல் தழுதழுத்தது.

“மணி இரண்டரை. வாழ்க்கை அதுபாட்டுக்கு ஓடிட்டு இருக்கும். ஆதா ஜா அணி ஸோபா ஷாந்த். கலஜி கரூ நகா. (இப்பப் போய் நிம்மதியா தூங்குங்க கவலைப்படாமல்.)” நிர்மலா பேச்சை முடித்தாள்.

சன்னல் வெளியே கடலில் மீன் பிடிக்கும் படகுகளின் விளக்குகள் மினுக் மினுக்கென்று ஒளிர்ந்தன. கருங்கடல் மேல் ஒளிப்புள்ளிகள் அங்கும் இங்குமாகச் சிதறின.

பன் மஸ்காவுடன் இரானி சாய்

பாந்த்ராவின் மெஹ்பூப் ஸ்டுடியோவின் எதிரிலிருந்த குட்லக் சிற்றுண்டிச்சாலையில் காத்திருந்தாள் சுதா. வழக்கமாக அவளும் இஸபெல்லா பின்டோவும் சந்திக்கும் இடம். "உன்னைப் பார்க்க நான் அவ்வளவு தூரம் வர முடியாது. என் வயதுக்கு மதிப்புக் கொடு. குட்லக் ரெஸ்டாரன்டுக்கு வா. பன் மஸ்கா சாப்பிடலாம் இரானி சாயோடு" என்பார். லொடலொடவென்று ஓடும் ஒரு பழைய ஃபோர்டு மோட்டார் காரை ஓட்டிக்கொண்டு வருவார். எண்பது வயது. சுதாவுடன் வேலை செய்யும் ஸ்டெல்லா இருக்கும் வீதியில்தான் இருந்தார் தன் கணவன் ஆம்ப்ரோஸ் பின்டோவுடன். சேபல் தெரு என்ற பழங்கால வீடுகள் இரு பக்கங்களிலும் உள்ள குறுகிய தெரு. பல ஆண்டுகளுக்கு முன் சிறு கிராமமாக இருந்து இப்போது மேற்கு பாந்த்ராவின் ஒரு பகுதியாக இருப்பது. எந்தக் கணமும் விழுந்துவிடலாம் என்பதுபோல் இருக்கும் அந்தக்கால வீடுகள் சிறிதும் பெரிதுமாய். பார்க்க அப்படி இருந்தாலும் வீடுகள் உறுதியானவை. சில வீடுகள் ஒற்றை அல்லது இரட்டை மாடி வீடுகள். முதல் மாடியும் இரண்டாம் மாடியும் பழைய வீட்டின் மேல் கட்டப்பட்டிருக்கும். சில வீடுகள் வெறும் நீண்ட ரேழிபோல் இருக்கும். வெளியிலிருந்து எதிர் முனைவரை தெரியும். சில வீடுகள் பெரிய தாழ்வாரத்தை அறைகள் போட்டுத் தடுத்தாற்போல் இருக்கும். தெரு நிறைய மோட்டார் பைக்குகளும் மோட்டார் வண்டிகளும். சில வீடுகளின் குறுகிய நுழைவாயிலில் "இங்கு எந்த

வண்டியும் நிறுத்தக் கூடாது” என்றெழுதியிருக்கும். அங்குள்ள சிறு இடம் அவர்கள் வண்டிக்கு மட்டுமாக இருக்கும்.

வளைந்து ஓடும் தெரு மௌண்ட் கார்மல் தேவாலயத்தையும் ஹில் வீதியையும் இணைக்கும் குறுக்குத் தெரு. லீலாவதி ஆஸ்பத்திரிக்குப் போக குறுக்கு வழி. அவ்வளவு குறுகிய தெருவில் ஏகப்பட்டக் குரிசடிகள். நடைபாதையில் கட்டப்பட்டு வாகன நெருக்கடியை ஏற்படுத்திய கோவில்களையும் குரிசடிகளையும் சட்டவிரோதமாக எழுப்பப்பட்ட மற்ற அனைத்துக் கட்டடங்களையும் தரைமட்டமாக்க உறுதிபூண்டு ஒருவர் வந்தார் மும்பாயில். எண்பதுகளில் தொடங்கி 1994வரை தகர்த்தெறியும் ஒற்றை ஆள் சேனையாக இயங்கி முக்கிய மந்திரியிலிருந்து கள்ளக்கடத்தல்காரர்கள்வரை எல்லோரையும் கதிகலங்க வைத்தார் வார்ட் அதிகாரியாக இருந்து நகராட்சித் துணை ஆணையரான கைர்னார். அவர் காலத்திலிருந்து இப்போதுள்ள நகராட்சி அதிகாரிகள்வரை வாகனங்களை ஓடவிடாமல் தடைசெய்யும் பெரிய குரிசடிகளை நீக்க முயற்சி செய்து எதிர்ப்பும் வழக்குப் பதிவுகளும் நடந்தபடி இருக்கும் தெரு. ஸ்டெல்லாவின் தந்தை ஜான் கருணாகரனும் இஸபெல்லா பின்டோவும் தெருவின் சரித்திரத்தை மாற்றாமல் இருக்கவும் அதே சமயம் அது மாறிவரும் நவீன காலத்தின் தேவைக்கேற்பத் தன்னை உருமாற்றிக்கொள்ளவும் முயற்சி செய்பவர்கள்.

தெருவின் சுவர்களில், சன்னல்களில், கதவுகளில், சுவரில் இருக்கும் பெரிய தண்ணீர்க் குழாய்களில், கடைகளின் உருட்டல் வாயில் அடைப்புகளில் என்று எங்கும் வார்லி ஓவியங்களிலிருந்து நடிகை மதுபாலாவரை சுவர்ச்சித்திரங்கள் இருக்கும். ‘பிந்தாஸ்’ தெரு என்று கூறப்படும் தெரு. ‘பிந்தாஸ்’ என்றால் எதற்கும் அதிர்ந்து போகாத, எந்த விதிகள் குறித்தும் அக்கறை இல்லாத, கவலையில்லாத தன்மை. யார் வேண்டுமானாலும் வந்து சுவரோவியங்கள் தீட்டலாம் சேபல் தெருவில். திடீரென்று ஒரு ‘மாடல்’ அழகியைப் புகைப்படமெடுக்கும் நிகழ்வு நடக்கும். பழைய வீடுகளைப் புகைப்படமெடுக்க வரும் ஒரு கூட்டம். சேபல் தெருக்காரர்கள் எதையுமே கண்டுகொள்ள மாட்டார்கள்.

எல்லோரும் இஸபெல்லா ஆன்ட்டி என்றழைக்கும் இஸபெல்லா பின்டோவின் வீடு இரட்டை மாடி வீடு. கீழே அவர்கள் இருந்துகொண்டு மேல் மாடியையும் அதன் மேல் இருந்த மொட்டைமாடி மற்றும் அதையொட்டி இருந்த பெரிய அறையையும் இஸபெல்லாவின் வேறு பல வேலைகளுக்கான இடமாக வைந்திருந்தனர். மங்களூர் கத்தோலிக்கர்கள். அரசுத் துறையில் அதிகாரியாக இருந்து ஓய்வு பெற்றவர் இஸபெல்லா ஆன்ட்டி. ஆம்ப்ரோஸ் பின்டோ வியாபார நிறுவனமொன்றில்

இடைமட்ட அதிகாரியாக இருந்து ஓய்வு பெற்றவர். சாந்த சொரூபி. ஒரு வார்த்தை அதிர்ந்து பேச மாட்டார். சுலபமாக விட்டுக் கொடுத்துவிடும் குணம். "ஆம்பூ, அப்படி வேண்டாம் இப்படி" என்று இஸபெல்லா ஆன்ட்டி சொன்னால் "சரி இஜ்ஜு" என்றுவிடுவார்.

சேபல் தெருவின் முனையில்தான் அருமையான வறுத்த இறைச்சித் தின்பண்டக்கடை இருந்தது. அங்கு பலவகை கேக்குகளும் விற்பனை செய்யக் கடை முதலாளியை இணங்க வைத்தார் இஸபெல்லா ஆன்ட்டி. மேல்மாடியில் கேக் வேகும் மணம் வீசியபடி இருக்கும் எப்போதும். இத்துடன் கொங்கணிப் பெண்களுக்கான சமையல் வகுப்புகள் வேறு. பிரதான மந்திரியுடன்கூடப் பேசிவிடலாம். வேலை நேரத்தில் இஸபெல்லா ஆன்ட்டியுடன் பேச முடியாது. "கேக் செய்வதற்கான முதல் விதி கைபேசியை அணைத்துவிடுவது" என்பார். ஸ்டெல்லா மூலமாகத்தான் இஸபெல்லா ஆன்ட்டி அறிமுகமானார். இரண்டொரு முறை சமையல் வகுப்புக்கு வந்த பெண்கள் சிலர், வீட்டு வேலைக்குச் சேர்ந்த ஒருவர் என்று சிலர் பற்றிச் சந்தேகங்கள் எழுந்தபோது சுதாவின் உதவியை நாடியிருக்கிறார். அன்று மதியம் அவர் அழைத்துச் சந்திக்க விரும்புவதாகக் கூறியபோது ஸ்டெல்லா அதிசயப்பட்டாள். "என்கிட்ட ஒரு வார்த்தை சொல்லலியே சுதாம்மா. காலையில பார்த்தேனே?' என்றாள். ஸ்டெல்லாவை வேலையைப் பார்க்கச் சொல்லிவிட்டு வந்திருந்தாள்.

இப்படியும் நேர்வதுண்டு எப்போதாவது அவள் துப்பறியும் தொழிலில். அவள் உதவி நாடுபவர்களை அவளே சென்று சந்திப்பது. ஒரு முறை ஒரு வாடிக்கையாளர் கட்டாயம் வீட்டுக்கு வரவேண்டும் என்று சொல்லி வற்புறுத்தியபோது அங்கு சென்றதும் ஒரு சாவியைத் தேடவேண்டும் என்றதும் சற்றுக் கோபம் வந்தது. தன்னிச்சையாகச் செயல்படும் துப்பறிவாளர்களுக்கு நேரும் அபத்த அனுபவங்களில் இதுவும் ஒன்று என்று நினைத்துச் சலிப்பு ஏற்பட்டது. பிறகு அந்தப் பெண்மணி விளக்கியபின்தான் பிரச்சினை புரிந்தது. அவள் தேடுவது அவள் கணவன் ஒளித்துவைத்திருக்கும் வங்கிப் பாதுகாப்புப் பெட்டகத்தின் சாவியை. இருவர் பெயரிலும் பாதுகாப்புப் பெட்டகம் இருந்தாலும் அதைப் பயன்படுத்துவது அவன் ஒருவன்தான். அதில் அவள் நகைகள் இருந்தன. "கேட்டால் தர மாட்டாரா?" என்று கேட்டாள் சுதா. அந்தப் பெண்மணி தன் கைகளையும் தொடையின் ஒரு பகுதியையும் காட்டினாள். கருநீலம் கட்டியிருந்த காயங்கள். கீறல்கள். தழும்புகள். இன்னும் ஆறிக்கொண்டிருந்த புண்கள். தூக்கிவாரிப்போட்டது. நகைகளுடன் வீட்டைவிட்டு ஓட விரும்பினாளாம். அன்று வீட்டில் யாருமில்லை. வேலைக்காரர்களுக்கும் லீவு. எப்போதோ

யாரோ கொடுத்த சுதாவின் எண் இருந்ததாம். ஒரு சாவியை எங்கே எல்லாம் ஒளிக்கலாம் என்று ஒரு திருடனைப்போல் யோசித்து வீட்டின் பீரோவின் அடிப்பாகம், பைகள், சிறு பெட்டிகள், பூந்தொட்டி மண், பரணில் கை எட்டும் இடத்திலிருந்த சிறு மரப்பெட்டி, படுக்கையின் யானை கனம் கனத்த பெரிய மெத்தையின் கீழ் என்று தேடாத இடம் இல்லை. நேரமாக ஆக அந்தப் பெண்மணி பதைபதைத்தாள். ஏதோ ஓர் உணர்வு உந்த வீட்டில் எத்தனைக் கழிப்பறைகள் என்று கேட்டபோது நான்கு என்று பதில் வந்தது. நான்காவது கழிப்பறை அதிகம் உபயோகத்தில் இல்லாதது. எப்போதாவது வீட்டில் வேலை செய்பவர்கள் உபயோகிப்பது. சுதா அந்தக் கழிப்பறையின் பறிப்புத் தொட்டியின் மேல் மூடியைத் திறந்து பார்த்தபோது உள்ளே பிளாஸ்டிக்கில் சுற்றப்பட்ட வங்கிச் சாவி கிடைத்தது. அவள் வேலைக்கான சம்பளமாய் அந்தப் பெண்மணி தன் கையிலிருந்த தங்க வளையலைக் கழற்றித் தர முற்பட்டபோது சுதா திடுக்கிட்டுப்போனாள். தனிப்பட்ட முறையில் இயங்கும் துப்பறிவாளர்கள் போலீஸுடன் இணைந்து வேலை செய்யாவிட்டாலும் எப்படியாவது தன் வழக்குகளில் அவளை இணைத்துக்கொள்ளும், இன்ஸ்பெக்டர் கோவிந்த் ஷெல்கேயைத்தான் அப்போது அணுகினாள். அப்போது அவர் இன்ஸ்பெக்டர். இப்போது ஏ.ஸி.பி. அவர் உதவியோடு அந்தப் பெண்மணி தன் நகைகளுடன் வீட்டை விட்டு வெளியேறி போலீஸில் குடும்ப வன்முறைக்கு எதிராக வழக்குப் பதிந்து பிறகு விவாகரத்து பெற்று, தனக்கென வாழ்வு அமைத்துக்கொண்டது வேறு கதை.

எதேச்சையாக இந்தத் தொழிலுக்கு வந்த அவளுக்குக் குருவான வித்யாசாகர் ராவ்தே இந்த வழக்கை அவள் தீர்த்த முறையை மெச்சி முதுகில் தட்டிக்கொடுத்தார். பறிப்புத் தொட்டியில் தேடவேண்டும் என்று எப்படித் தோன்றியது என்று கேட்டார். "ரகசியமாகக் குடிக்கிறவங்க தங்கள் பாட்டில்களை அங்கதான் ஒளிச்சுவைப்பாங்கன்னு படிச்சிருக்கேன் குருஜி. சட்டுனு ஞாபகம் வந்தது" என்றவுடன் "சபாஷ்" என்றார். கணவன் விஞ்ஞானி நரேன் குப்தாவும் மகள் அருணாவும்கூட இந்த வழக்கு பற்றி ஆர்வத்துடன் விசாரித்தனர் அப்போது.

யோசித்துக்கொண்டே அமர்ந்திருந்தபோது இஸபெல்லா ஆன்ட்டியின் ஃபோர்டு காரின் கடகட ஒலியுடன் அதன் ஒலிப்பானின் ஒலியும் கேட்டது.

இஸபெல்லா ஆன்ட்டி உள்ளே வந்து அவளை அணைத்துக் கொண்டு முகமன் கூறினார். வழக்கம்போல் ஹிந்தியும் ஆங்கிலமுமாகப் பேசினார்.

அவள் வருவதற்காகக் காத்திருந்த பரிசாரகர் அருகில் வந்து "ஹவ் ஆர் யூ மேடம்?" என்று விசாரித்தார். பல காலமாக அங்கு வேலை செய்பவர்.

"பன் மஸ்காதானே?" என்று கேட்டார்.

"ஆமாம் எனக்கு பன் மஸ்கா. இவங்களுக்கு ப்ரன் மஸ்கா. அதோடு வழக்கம்போல் சாய்" என்றார் இஸபெல்லா ஆன்ட்டி.

எப்போதும் விளக்குவதுபோல் சுதாவிடம், "ப்ரன் மஸ்கா என்னால் கடிக்க முடியாது. நீ சாப்பிடு" என்றார்.

பன் மிருதுவாக இருக்கும். வெட்டப்பட்டு, வெண்ணெய் தடவி அது கொண்டுவரப்படும்போதே மணக்கும். ப்ரன் மொறுமொறுவென்று கெட்டியாக இருக்கும். வெண்ணெய் தடவிய துண்டுகளை இரானி சாயாவில் முக்கிச் சாப்பிடுவது தனி ருசி.

பரிசாரகர் பன் மஸ்கா, ப்ரன் மஸ்கா இரண்டையும் கொண்டுவந்து மேசையில் வைத்தார். சாயாவையும் கொண்டுவந்து வைத்துவிட்டு, "மஸ்கா காரி பிஸ்கெட் கொண்டு வரவா? இப்பத்தான் செய்தது" என்றார்.

"கட்டாயம் கொண்டு வா" என்றார் இஸபெல்லா ஆன்ட்டி.

எல்லாவற்றையும் ரசித்துச் சாப்பிட்டுவிட்டு இன்னொரு சாயா சொல்லும்வரை ஒரு வார்த்தை பேச மாட்டார் என்று சுதாவுக்குத் தெரியும்.

இஸபெல்லா ஆன்ட்டி சுருள் சுருளாக இருக்கும் வெண்ணெய்க் காரி பிஸ்கோத்தைச் சாயில் முக்கிச் சாப்பிடுவதைப் பார்த்தபடி இருந்தாள்.

○ ○ ○

இரண்டாவது கோப்பை சாயா வந்ததும் ஒரு வாய் பருகிவிட்டு, "சுதா, எப்படிப் போயிட்டிருக்கு எல்லாம்?" என்றார்.

"வழக்கம்போலத்தான் ஆன்ட்டி. நீங்க சொல்லுங்க என்ன விஷயம்?"

"உனக்குத் தெரியுமா சுதா, நான் ஆம்பூவைக் கல்யாணம் செய்துகொண்டபோது என் வயசு 18. ஆம்பூவுக்கு 25. எவ்வளவு வருஷம் ஆகிவிட்டது இங்கே சேபல் ரோடுல இருக்க வந்து! பெத்ரூ எனக்கு 35 வயசுலதான் பிறந்தான். அதுக்கு முன்னால மடில்டா. 25 வயசுல. பாம்பே வந்து நான் மேல படிச்சேன். படிச்சு வேலை கிடைச்ச பிறகுதான் குழந்தைனு இருந்தோம்.

மெட்டு பிறந்தாள். ஆம்பூவுக்கு மதுபாலா ரொம்பப் பிடிக்கும். மடில்டா மதுன்னு அவளுக்குப் பேர் வெச்சோம். மெட்டுன்னு கூப்பிடுவோம். மங்களூர்க்காரங்க அப்படித்தான். எல்லாருக்கும் ஒரு செல்லப் பேர் இருக்கும். அப்படி ஒரு சூட்டிகை மெட்டு. யாருக்குத் தெரியும் அவள் கடவுளோடு குழந்தை கடவுள் சீக்கிரமே கூப்பிட்டுப்பார்னு? பத்தே வயசு. பத்து வகை சொர்க்கம் அது சுதா. ஒரு நாள் ஜுரம். அவ்வளவுதான். இதே வீட்டுலதான். கண்ணை மூடிட்டே இருந்தவள், திடீர்னு, "மம்மி, அழாதீங்க. நான் போகப்போறேன்"னு சொன்னாள். அந்தப் பார்வையை என்னால் மறக்க முடியாது சுதா . . . அதுக்குப் பிறகுதான் பெத்ரூ . . ."

பெருமூச்சுவிட்டார்.

பெத்ரூ என்றது அவர் மகன் பீட்டர் பிரதீப்பை. அமெரிக்காவில் இருந்தார்.

சுதா இஸபெல்லா ஆன்ட்டியின் கைகளை வருடினாள்.

"என்ன ஆச்சு ஆன்ட்டி? இன்னிக்கு ஒரே பழைய ஞாபகமா இருக்கிறதே?"

"பெத்ரூ வரான் அடுத்த வாரம்."

"நல்ல செய்திதானே? பெத்ரூ வந்தால் கொண்டாட்டம் தானே?"

"ஹூம். இந்தத் தடவை நாங்க ரெண்டு பேரும் அவனோடு யு.எஸ். போகணுமாம் ஒரேயடியாக. ஆம்பூவுக்கு 87 வயசு ஆகிவிட்டது இல்லையா? இனிமேல் நாங்கள் இங்கே இருந்தால் அவனுக்கு அங்கே வீண் கவலைன்னு சொல்றான்."

குரல் உற்சாகமாக இருக்கவில்லை.

"ஆன்ட்டி, இது நீங்க எதிர்பார்த்ததுதானே? பெத்ருவுக்கும் இங்கே நீங்கள் இருந்தால் மனசு கேட்குமா?"

"இல்லை சுதா. இது எதிர்பார்த்தது இல்லை. அங்கே போயிட்டு வரோம். க்ரீன் கார்டு இருக்கு. ஆனால் எங்க வாழ்க்கை இங்கேதான். இந்தச் சேபல் ரோடுலதான். பாம்பேதான். அப்படித்தான் நினைக்கிறேன்."

"அங்கே இன்னும் சௌகரியமா இருக்கலாம் ஆன்ட்டி. பெத்ரூ அப்படி நினைக்கலாம் இல்லையா? நீங்க நிறைய தடவை அங்கே போயிருக்கீங்களே?"

மெல்லக் கூறினார். "போனோம்தான். மனசு ஒட்டலை."

“ஏன்? உங்க பேரன் பேத்தி எல்லாம் இருக்காங்களே?”

“இருக்காங்கதான். அவங்க வாழ்க்கை வேறுமாதிரி. ஒரு சோப்பு வாங்கக்கூட காரை எடுத்திட்டுப் போகணும் ஸூபர் மார்க்கெட்டுக்கு. இங்கே பக்கத்துல மாத்யூ கடை. இல்லைன்னா கிஷன் கடை. எப்போ தோணுதோ அப்போ நான் மௌண்ட் மேரி சர்ச் போகலாம். அப்புறம் அங்கே தனியா படியில் உட்கார்ந்துக்கலாம். அங்கே அப்படியில்லை. எல்லாமே ஒரு பயணத் திட்டம் மாதிரி போடணும். அங்கே நான் கார் ஓட்ட முடியாது. என் கிட்டே அதற்கான லைசன்ஸ் கிடையாது. ஹென்ரி மாதிரி காரும் கிடையாது.”

தன் ஃபோர்ட் காருக்கு ஹென்ரி என்று பெயர் வைத்திருந்தார் இஸபெல்லா ஆன்ட்டி. ஹென்ரி ஃபோர்டுக்குச் செய்யும் மரியாதையாம்.

“ஒவ்வொரு ஊரு ஒவ்வொரு மாதிரி இல்லையா ஆன்ட்டி? பெத்ரூ மனைவி ஸூஸன் உங்ககிட்ட அன்பாத்தானே இருக்காங்க?’

“ஸூஸன் நல்லவள்தான். இந்தியர்கள்னா ஒரு மாதிரி இளப்பம். பெத்ரூ ஒரு விதிவிலக்குன்னு சொல்வாள். இந்தியர்களுக்கு நாகரிகம் இல்லையாம். இந்தியா ஒரு பண்பாடே இல்லாத நாடாம். எல்லாவகையிலும் பிற்போக்கான நாடாம்.”

“இப்படிச் சிலர் நினைப்பாங்க ஆன்ட்டி. உங்ககிட்ட அவள் சரியா இருக்கும்போது நீங்க இதைப் பெரிசு பண்ண வேண்டாம்.”

“சுதா, அவள் மட்டும் அப்படி நினைச்சால் சரி. பெத்ரூவே அப்படிச் சொல்கிறான். போன ரெண்டு தடவை நாங்க அங்கு போனபோது எங்களுக்கு அங்கே இருப்பே கொள்ளலை. திரும்பி வந்து சேபல் ரோடு வீட்டுக்குள்ள நுழைஞ்ச பிறகுதான் மூச்சு வந்தது.”

“விடுங்க ஆன்ட்டி. இந்த மாதிரி விவாதம் எல்லாம் எல்லாக் குடும்பங்களிலும் நடப்பதுதானே? வெளிநாட்டுல இருக்கிறவங்க சிலர் அப்படித்தான் பேசுவாங்க.”

“உனக்குத் தெரியாது சுதா. நாங்கள் மங்களூர் கிறிஸ்துவங்க சுதந்திரப் போராட்டத்துல இருந்திருக்கோம்.”

“நிஜமாவா? திப்பு சுல்தான் ஸ்ரீரங்கப்பட்டணத்தில் கிறிஸ்தவங்களை சிறைவைச்ச பிறகு ப்ரிட்டிஷ்காரங்க வந்து விடுவிச்சதால அவங்களுக்கு விசுவாசமா இருந்தாங்கன்னு சொன்னீங்களே ஒரு தடவை?”

“அது உண்மைதான். ஆனால் சுதந்திரப் போராட்டமும் காந்தியும் பலபேரை பிரிட்டிஷ்காரங்களுக்கு எதிரா நடக்க வெச்சுது. ஜெரோம் சல்தான்யா பற்றி எல்லாம் நிறைய பேருக்குத் தெரியாது. 1927ல காந்தி மங்களூர் வந்தபோது ஜெரோம் சல்தான்யா அந்தக் கூட்டத்துக்குத் தலைமை தாங்கினார். அவர் அப்போ கனரா மாவட்டக் காங்கிரஸ் குழுவோட தலைவர். நிறையபேர் சிறைக்குப் போனாங்க. தம்பதிகளா போயிருக்காங்க. ஸிப்ரியன் ஆல்வாரஸ், அவரோட மனைவி ஆலிஸ் ஆல்வாரஸ் எல்லாம் அப்பவே அவ்வளவு கொண்டாடப்பட்டாங்க. வடாலா உப்பு சத்தியாகிரகத்துல இவங்க கலந்துண்டாங்க. ஸிப்ரியன், ஆலிஸ் ரெண்டு பேருமே 1942 இயக்கத்துல இருந்தாங்க. தலைமறைவா போனாங்க. பிடிபட்டு, தனித்தனி ஜெயில்ல இருந்தாங்க. ஆலிஸ் தப்பிச்சு தமன் போய் அங்கே தலைமறைவா இருந்த லோஹியா, சாவர்கர் இவங்களோட வேலை செய்து திரும்பக் கைதாகி எரவாடா ஜெயில்லயும் அப்புறம் மங்களூர் ஜெயில்லயும் இருந்தாங்க. காங்கிரஸோட கம்பியில்லாத ரேடியோவை நடத்தினவங்க அவங்க. பாம்பேயில இருந்த ஜான் ஃப்ரான்ஸிஸ் பின்டோ எங்கள் தூரத்து உறவு. அந்த பின்டோ காஃபி மாஹிம்ல இருக்கிறதே அது அவர் ஆரம்பித்ததுதான். மங்களூர்லயும் இருக்கிறது. காந்தி பக்தர். 1930ல ஒத்துழையாமை இயக்கத்துல பங்கெடுத்தவர். காந்தி தொப்பி எப்போதும் போட்டிருப்பார். அதனால ‘காந்தி பின்டோ’ன்னு சொல்லுவாங்க அவரை. அதுவே அவர் பேரா போச்சு. தன் மகனுக்கு பீட்டர் மோகன்தாஸ்னு பேர் வெச்சவர். இதெல்லாம் ஒண்ணும் தெரியாம பெத்ரூவும் ஸூஸனும் இப்படிப் பேசினால் ...”

இஸபெல்லா ஆன்ட்டி உத்வேகத்துடன் பேசுவதைப் பார்த்தால் அன்று அவர் அவளைக் கூப்பிட்டது மங்களூர் கிறித்துவர்கள் சுதந்திரப் போராட்டத்தில் கலந்துகொண்டது பற்றியும் அவர்களது தேச பக்தி பற்றியும் பேசத்தானோ என்று தோன்றியது சுதாவுக்கு. அவளுக்கு வேறு வேலை இருந்தது. வழக்கமான கணவனும் மனைவியும் ஒருவரையொருவர் வேவு பார்க்கச் சொல்வது, வியாபாரக் கூட்டாளிகள் அடுத்தவரைப் பற்றிக் கேட்கும் ரகசிய மதிப்புரைகள் தயாரிப்பு, திருமண ஏற்பாடுகள் செய்யும்போது இரு தரப்பினரும் கேட்கும் ரகசிய அறிக்கைகள் போன்ற வேலைதான். இருந்தாலும் நேரமும் உழைப்பும் கோரும் வேலை.

“ஆன்ட்டி, சொல்லுங்க, நான் என்ன செய்யணும்? என்னாலான உதவியை நான் செய்வேன், தெரியும் இல்லையா?”

"ஓ, ஸாரி. ரொம்பப் பேசிவிட்டேன் இல்லை? உனக்கு 'போர்' அடிச்சிருக்கும்."

"இல்லை, இல்லை ஆன்ட்டி. உங்களோட பேச எனக்கு எப்பவும் பிடிக்கும். கொஞ்சம் வேலை இருக்கு."

இஸபெல்லா ஆன்ட்டி காலியான சாயா கோப்பையைப் பார்த்தாள். சுதா பரிசாரகரைக் கையை ஆட்டிக் கூப்பிட்டாள். அவர் வந்ததும் இன்னொரு சாயாவும் மஸ்கா காரி பிஸ்கோத்தும் கொண்டுவரச் சொன்னாள்.

இஸபெல்லா ஆன்ட்டி எதையோ தீவிரமாக யோசித்துக் கொண்டிருந்தார்.

சாயா வந்ததும் காரி பிஸ்கோத்தை அதில் முக்கி எடுத்துக் கடித்தபடி கூறினார்: "பெத்ரூ இந்த வீட்டை வித்துட்டு எல்லா சாமானையும் ஒழிச்சுப் போட்டுவிட்டு ஆம்பூவும் நானும் இந்தத் தடவை அங்கே வந்துடணும்னு சொல்றான்."

"நீங்க அங்க ஒரேயடியா போகப்போறீங்கன்னா இந்த வீட்டை விற்பது சரிதானே ஆன்ட்டி? இந்த வீடு இருந்து என்ன பிரயோசனம்?"

இஸபெல்லா ஆன்ட்டி பேசாமல் இருந்தார்.

"வீடு ஆம்ப்ரோஸ் அங்கிள் பேர்லதானே இருக்கு?"

"ஆமாம். ஆம்பூவோட காலத்துக்குப் பிறகு எனக்கு, எனக்குப் பிறகுதான் பெத்ரூவுக்குனு உயில்கூட எழுதியிருக்கார் ஆம்பூ."

"பின்ன என்ன பிரச்சினை?"

"ரெண்டு வருஷம் முன்னால ஆம்பூவுக்கு 85 வயசு ஆகும்போது பெத்ரூ வந்திருந்தான் இல்லையா? அப்போ நான் இல்லாதபோது ஒரு பத்திரத்துல ஆம்பூகிட்ட கையெழுத்து வாங்கியிருக்கான். இப்போதான் சொல்கிறார் என்கிட்ட."

"அது என்ன பத்திரம்?"

"அந்த அப்பாவி ஆம்பூவுக்கு அது கூடத் தெரியவில்லை. நான் கேட்டபோது முழிக்கிறார். அது வீட்டுப் பத்திரம்னு நான் நினைக்கிறேன்."

"எங்கே அது இப்போ?"

"அது தெரிஞ்சா உன்னைக் கூப்பிடுவேனா? அது பாங்க்குல இருக்கா எங்கே இருக்குன்னே தெரியலை."

"சரிதான்."

“வீட்டை அவன் பேருக்கு மாத்திட்டான்னு நினைக்கிறேன்.”

“பெத்ரூ யாரு ஆன்ட்டி? உங்க மகன்தானே? அவன் பேரில் வீடு இருந்தால் என்ன தப்பு?”

இஸபெல்லா ஆன்ட்டி தனக்குத்தானே பேசிக்கொள்வதுபோல் கூறினாள்: “அது அவனுக்கு வீடு மட்டும்தான். எனக்கு அது என் வாழ்க்கை. பதினெட்டு வயசுல நான் நுழைந்த இடம். என் மெட்டூ இறந்த இடம். என் மாமியார் மாமனார் வாழ்ந்த இடம். அந்த வீட்டில் ஒரு சரித்திரமே அடங்கியிருக்கு. பின்டோ குடும்பச் சரித்திரம்.”

“சரி, அப்போ என்னதான் பண்ணுவது ஆன்ட்டி?”

“அந்தப் பத்திரம் கிடைச்சா நல்லாயிருக்கும்.”

“அதை பெத்ரூ அமெரிக்கா கொண்டுபோயிருக்கலாமே ஆன்ட்டி?”

“இல்லைனு நினைக்கிறேன்.”

“சரி, பத்திரம் கிடைக்கிறதுன்னே வெச்சுக்கலாம். அப்புறம் என்ன செய்வது?”

“அது என்ன பத்திரம்னு நான் பார்க்கணும். அது வீட்டை அவன் பெயருக்கு மாத்தின பத்திரம்னா நான் என்ன செய்யணும்னு யோசிக்கணும்.”

“சரி, வீட்டுப் பத்திரமாகவே இருக்கட்டும். அதுதான் கேட்டேனே? இங்க வீடு எதுக்கு உங்களுக்கு? உங்களுக்கு அது வெறும் வீடு இல்லை. எல்லாம் எனக்குப் புரிகிறது. ஆனால் அங்கே நிரந்தரமா போகும்போது இங்கே இந்த வீடு இருந்தால் யாருக்கு என்ன பயன்?”

“நான் நிரந்தரமா அங்கே இருப்பேன்னு தோணலை சுதா...”

“ஆன்ட்டி, உங்க வயசை நினைச்சுப் பாருங்க. பெத்ரூ உங்க ஒரே மகன். அவர்கிட்ட நீங்க இருக்கறதுதான் நியாயம்.”

“ஆம்பூவுக்காக வேணும்னா நான் அங்கே போகலாம் இப்போ. அவருக்கு ஏதாவது ஆகிவிட்டால் நான் திரும்பி வந்து விடுவேன். திரும்பி வர ஒரு இடம், ஒரு வீடு வேணும் எனக்கு.”

“சரி, இப்போ என்ன செய்யணும்?”

“அந்தப் பத்திரம் எங்கேன்னு கண்டுபிடி. அதைப் பார்க்கலாம். அது வீட்டுப் பத்திரம்னா அவன் இங்கே வந்து வீட்டை விற்கணும்னு வற்புறுத்துவான். அதை எப்படியாவது தடுக்கணும்.”

"எப்படித் தடுக்க முடியும்? வீடு பெத்ரூவுடையதுதானே?"

"அதை நான் அப்புறமா சொல்றேன். முதல்ல பத்திரத்தைக் கண்டுபிடி" என்றாள் இஸபெல்லா ஆன்ட்டி அழுத்தமான குரலில். பிறகு, "உன் வேலைக்கான தொகையைச் சொல்லிவிடு" என்றாள்.

சுதா சிரித்தபடி எழுந்து இஸபெல்லா ஆன்ட்டியை அணைத்துக்கொண்டாள். "கண்டிப்பாகச் சொல்றேன். இப்பப் போகலாம்" என்றாள்.

இஸபெல்லா ஆன்ட்டி பரிசாரகரைக் கூப்பிட்டு சாப்பிட்டதற்கானக் கணக்கை சுதா மறுத்தும் விடாப்படியாகத் தானே தீர்த்தார். வழக்கம்போல் பரிசாரகருக்கான அன்பளிப்புத் தொகையைத் தட்டில் வைத்தார்.

வெளியே வந்து தன் ஃபோர்டு காரில் அமர்ந்து சுதாவை நோக்கிக் கையசைத்து விடைபெற்றுக் காரைக் கிளப்பினார்.

சுதா தன் வண்டியின் கதவைத் திறந்தாள்.

❍ ❍ ❍

வண்டி ஓட்டிக்கொண்டே சுதா யோசித்தாள். இஸபெல்லா ஆன்ட்டி சொல்லும் பத்திரம் எங்கே இருக்க முடியும்? சாதாரணமாகப் பத்திரங்கள் வீட்டு பீரோவின் தனிப்பூட்டு இழுப்பறையிலோ வங்கியின் பாதுகாப்புப் பெட்டியிலோ வைப்பதுதான் வழக்கம். வீட்டில் இருக்காது. இஸபெல்லா ஆன்ட்டி தேடிப்பார்த்திருப்பார். வங்கியில் இருக்குமானால் அதை எப்படி எடுக்க முடியும்?

வீட்டிற்கு வந்தபோது சிங்காரவேலு வந்திருந்தான் ஸ்டெல்லாவைக் கூட்டிக்கொண்டுபோக. செல்லம்மாள் அப்போதுதான் வந்திருந்தாள் போலும். தேநீர் போடத் துவங்கியிருந்தாள்.

"டீ குடிச்சிட்டுப் போங்க தம்பி" என்று சிங்காரவேலுவிடம் சொல்லிக்கொண்டிருந்தாள்.

இவளைப் பார்த்ததும் சிங்காரவேலு எழுந்து கை கூப்பினான்.

"சுதாம்மா, அந்த நாதூரஸ் அண்ட் ஸன்ஸ் கேட்ட ரிப்போர்ட் தயார் பண்ணிட்டேன். எந்தச் சிக்கலும் இல்லை. பார்த்துடுங்க" என்றாள் ஸ்டெல்லா.

செல்லம்மாள் தேநீர்க் கோப்பையை நீட்டியதும் வேண்டாமென்று மறுத்தாள் சுதா.

"வேணாம் செல்லம்மா. மூணு டீ குடிச்சிட்டேன் இஸபெல்லா ஆன்ட்டியோட பேசிட்டே."

“எதுக்குக் கூப்பிட்டாங்க சுதாம்மா?” என்று கேட்டாள் ஸ்டெல்லா.

சுதா விவரங்களைக் கூறினாள்.

“எது பத்திரமான இடம்னு யோசிக்கணும் இப்பல்லாம். ரெண்டு வருஷம் முன்னால நவி மும்பாய்ல பாங்க் ஆஃப் பரோடா கீழே நாப்பது அடி நீளம் குழி வெட்டி லாக்கர் எல்லாத்தையும் உடைச்சுத் திருடிட்டாங்க, நெனவிருக்கில்ல?” என்றான் வேலு.

தேநீர் குடித்தபின் கிளம்பிப்போனார்கள் இருவரும். சுதா அலுவலகப் பகுதியினுள் நுழைந்து உட்கார்ந்து கண்ணை மூடிக்கொண்டு யோசித்தாள்.

யாரைக் கேட்க முடியும்? என்னவென்று கேட்க முடியும்? குடும்ப விவகாரம்.

குறுக்காக ஓர் எண்ணம் ஓடியது. சிங்கத்தை அதன் குகையில்தான் பிடிக்க முடியும்.

பெத்ரூவை அழைப்பது என்று தீர்மானித்தாள். அவர் எண் அவளிடம் இருந்தது. என்ன பேச வேண்டும் என்று தீர்மானித்துக்கொண்டாள்.

அங்கு காலை எட்டு மணிபோல் இருக்கும். அலுவலகத்துக்குக் கிளம்பிக்கொண்டிருப்பாரோ என்னவோ? “இப்போது கூப்பிடலாமா?” என்று ஒரு குறுஞ்செய்தி அனுப்பினாள். “யெஸ்” என்று பதில் வந்தது.

கூப்பிட்டதும் “சுதாஜீ, நான் இந்தியா வருகிறேன். இன்னும் ஒரு வாரத்தில். என்ன விஷயம்? இங்கேயிருந்து ஏதாவது வேண்டுமா?” என்றார் அமெரிக்க ஆங்கிலத்தில்.

“இல்லை, இல்லை. ஒன்றும் வேண்டாம். சும்மாத்தான் கூப்பிட்டேன். இஸபெல்லா ஆன்ட்டியைப் பார்த்தேன். நீங்கள் வரப்போகிறதாகச் சொன்னார். ஸூஸன், குழந்தைகள் எல்லாம் சௌக்கியமா? அவர்களும் வருகிறார்களா?”

“இல்லை சுதாஜீ. நான் மட்டும்தான் வருகிறேன். கொஞ்சம் வேலை இருக்கிறது. இந்த முறை ஒரு மாதம்போல் தங்குவேன். அதற்கு மேல் கூட இருக்கலாம். வேலையைப் பொறுத்திருக்கிறது.”

“ஆமாமாம். இரண்டு வருஷத்துக்குப் பின் வருகிறீர்கள்.”

“டாடிக்கு வயதாகிவிட்டது. மம்மி பிடிவாதமாக அலைகிறாரே ஒழிய அவருக்கும் எண்பது வயது. வீட்டு நிலவரம்

எல்லாம் பார்க்கவேண்டும். முக்கியமான டாகுமெண்ட்ஸ் எல்லாம் எடுத்து வைக்க வேண்டும்."

"ஆமாம் பெத்ரூ. நீங்கள்தானே செய்ய வேண்டும்? டாகுமெண்ட்ஸ் எல்லாம் பத்திரமாக பாங்க்கில்தானே வைத்திருக்கிறீர்கள்? இது பழைய வீடு. கரையான் தொல்லை உண்டு. வைக்கவில்லை என்றால் இந்தத் தடவை வரும்போது பாங்க்கில் வைத்துவிடுங்கள்."

"இந்தியாவில் பாங்க்கை எல்லாம் நம்பலாமா சுதாஜீ?" என்றுவிட்டுச் சிரித்தார்.

"ஆமாம், சரிதான்" என்றுவிட்டு பாங்க் ஆஃப் பரோடா திருட்டு பற்றிக் கூறினாள். அவருடைய வங்கியும் பாந்த்ரா கிழக்கில் உள்ள அதே வங்கிதானே என்றும் கேட்டாள்.

"என் பேப்பர்ஸ் எல்லாம் பத்திரமாக இருக்கிறது சுதாஜீ. நெருங்கிய நண்பரிடம் தந்திருக்கிறேன். இந்தத் தடவை வந்தால் கட்டாயம் சந்திக்கலாம்."

பேச்சை முடித்துவிட்டார்.

அலுவலகம் போகும் அவசரமோ என்னவோ. நெருங்கிய நண்பர் யாராக இருக்கும்? அவர்கள் குடும்ப வக்கீல் கில்பர்ட் லோபோவா? அவருக்கும் இஸபெல்லா ஆன்ட்டியின் வயது இருக்கும். எல்லோரும் அவரை கிப்பா அங்கிள் என்றுதான் கூப்பிடுவார்கள். அவரிடம் தந்திருந்தால் அவர் உடனே இஸபெல்லா ஆன்ட்டிக்குச் சொல்லியிருப்பாரே? பெத்ரூவின் நண்பர்கள் யார்? அவர் பழைய நண்பர்களுடன் தொடர்பில் இருக்கிறாரா? இஸபெல்லா ஆன்ட்டி அது பற்றி எதுவும் கூறவில்லை. இருந்தாலும் கேட்கலாம் என்று தோன்றியது.

இஸபெல்லா ஆன்ட்டியைக் கூப்பிட்டாள். ஆன்ட்டி கேக் செய்துகொண்டிருந்தாரோ என்னவோ எடுக்கவில்லை.

ஒரு மணி நேரம் சென்ற பின் மீண்டும் கூப்பிட்டாள்.

"என்ன விஷயம்? பத்திரம் இருக்கும் இடம் தெரிந்ததா?"

"ஆன்ட்டீ . . ." என்று அலறினாள் சுதா. நான் என்ன மாயாஜாலக் கம்பெனியா நடத்தறேன்? வந்து இன்னும் ரெண்டு மணி நேரம்தான் ஆகியிருக்கு."

"சரி, ஸாரி. என்ன விஷயம்?"

"கிப்பா அங்கிள்கிட்ட இருக்குமா?"

"இல்லை. நான் கேட்டுவிட்டேன்."

“சரி. பெத்ரூவோட நெருங்கின நண்பர்கள் யாரு?”

“நண்பர்களா? கார்த்திக், ஸ்டீவன், சுதீர், ஜார்ஜ் அப்புறம் லீஸா. ஏன் கேட்கிறாய்?”

“இல்லை, ஒரு வேளை அவங்க யார்கிட்டேயாவது கொடுத்திருக்கலாம். பாங்க்கில் வைக்கலைன்னு தோணுது.”

பெத்ரூவுடன் பேசியதைக் கூறவில்லை.

“அவன் அமெரிக்கா போனபோது அவங்களெல்லாம் ஏர்போர்ட் வந்திருந்தாங்க. ஆம்பூ ஒரு ஃபோட்டோ கூட எடுத்தார் எல்லாரையும். போன தடவை வந்தபோது சில ஃபோட்டோ எல்லாம் ஸ்கான் செய்தபோது இதையும் செய்தான். எனக்குக் காட்டினான்.”

“அவங்களோட எல்லாம் தொடர்பு இருக்கா?”

“சமீபத்துல இருக்கான்னு தெரியலை. லீஸாவைப் பற்றிச் சொல்ல முடியாது.”

“ஏன் ஆன்ட்டீ?”

“அவன் அமெரிக்கா போகிறவரைக்கும் அவளைத்தானே காதலிச்சான்?”

“சரிதான். இதுவும் ஒரு கதையா? அப்புறம் என்ன ஆச்சு?”

“அமெரிக்கா போன பிறகு எல்லாம் மாறியிருக்கலாம். நான் கேட்கலை. அந்த லீஸா ட்ராவல் ஏஜன்ஸி அவளுதுதான்னு நினைக்கிறேன். இங்கேதான் பாலி மார்க்கெட் பக்கத்துல.”

“பெத்ரூவோட நண்பர்கள்கிட்டக் கேட்டுப் பார்க்கிறேன் ஆன்ட்டி.”

“கேளு. அவங்க ஃபோன் நம்பர் டயரில இருக்கு. அனுப்பறேன். அந்த ஃபோட்டோவையும் அனுப்பறேன் வாட்ஸப்புல. சும்மா பாரு.”

ஃபோட்டோ எல்லாம் வேண்டாம் என்று சொல்வதற்குள் அனுப்பிவிட்டார் இஸபெல்லா ஆன்ட்டி. கைபேசி எண்களையும் அனுப்பினார்.

ஃபோட்டோவில் இருபத்தைந்து வயது உற்சாகத்துடன் இருந்தனர் எல்லோரும். பெத்ரூ பக்கத்தில் நின்றுகொண்டிருந்தாள் லீஸா அவன் கை வளைவில் தன் கையை நுழைத்துக்கொண்டு. நல்ல இளம் வயது நண்பர் குழுவாகத் தெரிந்தது.

முதலில் கார்த்திக்கின் எண்ணை அழுத்தினாள். “கார்த்திக் ஸ்பீக்கிங். ஹூ இஸ் திஸ்?” என்று கேட்டார். தான் பெத்ரூவின்

அம்மாவின் தோழி என்றும் பெத்ரூ ஒரு வாரத்தில் வரப்போவதால் இந்த முறை அவரை ஆச்சரியத்திலாழ்த்த அவருடைய பழைய நண்பர்களை அழைத்து ஒரு விருந்து வைக்கப்போவதாகவும் அதற்காகக் கூப்பிட்டதாகவும் கூறினாள்.

"அப்படியா? ஆச்சரியமாக இருக்கிறது. பத்து வருஷம் ஆகிவிட்டது அவன் என்னோடு தொடர்புகொண்டு" என்றார். "நீங்கள் ஸர்ப்ரைஸ் பார்ட்டி தேதியைச் சொல்லுங்கள். வருகிறேன்."

ஸ்டீவன், சுதீர், ஜார்ஜுடனும் இதே மாதிரி உரையாடலே நடந்தது. அவர்கள் யாரிடமும் பெத்ரூ எதையும் பத்திரமாக வைத்துக்கொள்ளும்படி கொடுத்திருக்க வாய்ப்பில்லை.

கடைசியாக லீஸா.

முதலில் "லீஸா ட்ராவல்ஸ்" என்று பெண் குரல் ஒலித்தது. லீஸாவிடம் பேச விரும்புவதாகக் கூறியதும் லீஸாவுடன் பேச இணைத்துவிட்டாள். "திஸ் இஸ் லீஸா . . ." என்றது ஒரு குரல்.

லீஸாவிடமும் அதே விளக்கத்தைத் தந்ததும் உற்சாகமாக, "ஸர்ப்ரைஸ் பார்ட்டியா? வருகிறேன். பெத்ரூ வருவது தெரியும்" என்றாள். சுதா உஷாராகி, "நான் கூப்பிட்டது பற்றிச் சொல்ல வேண்டாம். இது ஸர்ப்ரைஸ் பார்ட்டி" என்றதும் "இல்லை, இல்லை சொல்ல மாட்டேன். கவலைப்படாதீர்கள்" என்றாள்.

"வரும்போது அவர் ஏதாவது உங்களிடம் கொடுத்து வைத்திருந்தால் கொண்டுவர முடியுமா? ஏதாவது டாகுமெண்ட்ஸ், ஃபைல் அப்படி ஏதாவது? இஸபெல்லா ஆன்ட்டி சொன்னார் ஞாபகப்படுத்த. பெத்ரூவுக்கு நிறைய வேலை இருக்கும். சொல்ல மறந்துவிடலாம்."

"ஆமாம் இரண்டு வருஷம் முன்னால் தந்தது. ஆனால் நான் தனியாக இருப்பதால் என்னிடம் இருக்க வேண்டாம் என்று நினைத்து குடும்ப நண்பர் ஒருவரிடம் கொடுத்திருக்கிறேன். வாங்கிக்கொண்டு வந்துவிடுகிறேன். அவரும் அங்கேதான் இருக்கிறார் சேபல் ரோடில்."

"ஓ!"

"என் அப்பாவின் நெருங்கிய நண்பர். இப்போது அப்பா, அம்மா இரண்டு பேரும் இல்லை. இவர்தான் என் கார்டியன் மாதிரி."

"அவர் பெயர் தெரிந்துகொள்ளலாமா?"

"ஜான் கருணாகரன்."

சுதாவுக்குத் தலை சுற்றியது.

“உங்கள் குடும்ப நண்பர் என்றீர்கள். நீங்கள் தமிழ்நாட்டைச் சேர்ந்தவரா?”

“யெஸ்.”

“உங்கள் முழுப் பெயர் என்ன?”

“லீஸா ராணி அமலோற்பவம்.”

“தமிழ் தெரியுமா லீஸா?”

“நல்லாத் தெரியும்” என்று பதில் வந்தது தமிழில்.

“பிறகு சந்திக்கலாம் லீஸா” என்று பேச்சை முடிக்க முயன்றாள்.

“ஸர்ப்ரைஸ் பார்ட்டிக்கு என் மகளைக் கூட்டிட்டு வரலாமா?”

“உங்க மகளா?”

“ஆமாம். பெத்ரூவுடைய மகள்.”

சுதாவுக்கு உலகமே கண் முன் சுழல்வதைப்போல் இருந்தது.

ஏதோ குழறியபடி பதில் கூறிவிட்டுக் கைபேசியை மூடினாள்.

❍ ❍ ❍

மேசையில் தலை வைத்துக் கவிழ்ந்து கொண்டாள் சுதா. ஏதோ குட்லக் சிற்றுண்டிச்சாலைக்குப் போனோமா இரண்டு பன் மஸ்காவோ ப்ரன் மஸ்காவோ சாப்பிட்டுவிட்டு மஸ்கா காரி பிஸ்கோத்துடன் இரானி சாயாவைக் குடித்தோமோ ஏதாவது சின்ன உளவு வேலை செய்தோமோ என்றில்லாமல் இது என்ன மகாபாரதமாய் நீள்கிறதே என்று தோன்றியது.

செல்லம்மாள் கிளம்புவதற்கு முன் சொல்லிக்கொண்டுபோக வந்தவள் இவள் மேசை மேல் தலையைக் கவிழ்த்துக்கொண்டு இருப்பதைப் பார்த்ததும், “என்ன சுதாம்மா? தலைவலியா?” என்றாள்.

நிமிர்ந்து அமர்ந்து, “ஒண்ணுமில்ல செல்லம்மா. வழக்கமான வேலைதான்.” என்றாள்.

“ஒரு லவங்கப்பட்டை டீ குடிங்க. சோர்வு போயிடும்” என்றபடி உள்ளே வந்து மின்சாரக் கெட்டிலைப் போட்டாள். சுதாவின் கோப்பையில் லவங்கப்பட்டைத் தேநீர்ப் பையைப் போட்டாள். தண்ணீர் கொதித்து அழுத்திய பித்தான் வெளியே வந்த ஒலி கேட்டதும் வெந்நீரைக் கோப்பையில் ஊற்றினாள். லவங்கப்பட்டையின் இறுக்கங்களை எல்லாம் தளரச் செய்யும் மணம் வீசியது. தேநீர்ப் பையை ஸ்பூனால் அழுத்தியபின்

வெளியே எடுத்துப்போட்டு, "இந்தாங்க" என்றாள். தேநீர்க் கோப்பையைக் கன்னத்தில் அழுத்திக்கொண்டாள் சுதா. இதமாக இருந்தது.

செல்லம்மாள் கிளம்பினாள், "முடியலைனா படுங்க செத்த நேரம்" என்றபடி.

தேநீரைப் பருகியபடி யோசித்தாள். பிறகு ஸ்டெல்லாவின் தந்தை ஜான் கருணாகரனைக் கைபேசியில் கூப்பிட்டாள்.

"என்ன சுதா, என்ன விஷயம்?" என்றார்.

"நீங்க எப்படி இருக்கீங்க?"

"எனக்கென்ன? ஆனந்திப் பாப்பாகிட்ட அடியும் உதையும் வாங்கிகிட்டு . . ." என்றுவிட்டுச் சிரித்தார்.

"லீஸா அமலோற்பவத்தைத் தெரியுமா ஜான்?"

"தெரியுமே. அவங்க அப்பா என்னோட ரொம்ப நெருங்கின நண்பர். போயிட்டார் பாவம். அதுக்கு முன்னாலேயே அவங்க சம்சாரம் போயிட்டாங்க."

"லீஸாவுக்கும் இஸபெல்லா ஆன்ட்டி மகன் பெத்ரூவுக்கும் என்ன உறவு?"

சிறிது நேரம் மௌனமாக இருந்தார்.

பிறகு, "இதோ பாருங்க சுதா. உங்களுக்கு என்னைத் தெரியும். யார் வாழ்க்கையிலேயும் நான் வீணா புகுந்து கேள்வி கேட்க மாட்டேன். ரொம்ப வருஷமாவே உறவு இருக்கு. அது உண்மை."

"குழந்தை கூட . . ."

"அது அவளா தீர்மானம் செய்தது. நான் அது பத்தி அவகிட்டக் கேட்டது கிடையாது. கேட்கிற உரிமையும் எனக்குக் கிடையாது. அவ சின்னப் பிள்ளை இல்லையே? பெத்ரூவை விடக் கொஞ்சம் சின்னவ. நாப்பது வயசுக்கு மேல. அது பத்தி யார்கிட்டயும் நான் பேசறது கிடையாது. பெத்ரூவுக்கு நான் அவள் கார்டியன்னுகூடத் தெரியாது."

"இல்லை ஜான். நான் அதைப் பத்தி வம்பா பேச வரலை. பெத்ரூவுக்கு அங்கேயும் பெண்டாட்டி பிள்ளைங்க இருக்காங்களேன்னு கவலையில கேட்டேன். சரி, விடுங்க" என்றாள்.

"அது அவங்களுக்குள்ளமா. நாம என்ன செய்ய முடியும்?"

"சரி, நான் கேட்க வந்ததே வேற. லீஸா உங்ககிட்ட ஏதாவது தந்திருக்காங்களா பத்திரமா வெச்சுக்கச் சொல்லி?"

“ஆமாம். ஒரு கவர் இருக்கு. பெத்ரூவுதுன்னுட்டுச் சொன்னாள்.”

சுதா இஸபெல்லா ஆன்ட்டியைச் சந்தித்தது குறித்துச் சொன்னாள். மற்ற நண்பர்களிடமும் லீஸாவிடமும் பேசியதைக் கூறினாள்.

“அது ஒட்டியிருக்கிற கவர் சுதா. பிரிச்சுப் பார்க்க முடியாது.”

“சரி, என்னவா இருக்கமுடியும்னு நினைக்கறீங்க?”

“கிப்பா அங்கிள்கிட்ட பெத்ரூ பேசியிருக்கான். அப்பா உயிரோடு இருக்கறபோதே வீட்டை மகனுக்கு எப்படித் தரதுன்னு அவன் அவர்கிட்ட விசாரிச்சதைப் பற்றி அவர் என்கிட்டச் சொன்னார்.”

“எப்படித் தர முடியும்? அதுக்கு என்ன நடைமுறை?”

“அன்பளிப்பா தரலாம். அன்பளிப்புப் பத்திரத்துல கையெழுத்து போட்டு . . .”

“அதுக்கு ஏகப்பட்ட ஸ்டாம்ப் ட்யூட்டி எல்லாம் உண்டே ஜான்?”

“அது இப்பத்தான். 16 மே 2017க்கு அப்புறம்தான். அதுக்கு முன்னால 200 ரூபாய்தான். பெத்ரூ வந்தது பிப்ரவரி 2017தானே? அப்பத்தானே ஆம்பூ அங்கிளுக்குப் பிறந்தநாள்?”

“கிப்பா அங்கிளும் இதுல சம்பந்தப்பட்டிருக்காரா?”

“இல்லவே இல்லை. நான் இதெல்லாம் செய்ய மாட்டேன் னுட்டாரு அவரு. வேற வக்கீல் மூலமா செய்திருக்கலாம்.”

“அப்படீன்னா அது வீடு சம்பந்தப்பட்ட ஏதோ பத்திரமா இருக்க வாய்ப்பிருக்கு, இல்லையா?”

“இருக்கு கட்டாயம். ஆனால் ஒண்ணும் பண்ண முடியாது.”

“இஸபெல்லா ஆன்ட்டி பாவம் ரொம்பக் கவலைப்படறாங்க.”

“அவங்க மகன்தானே? அவனுக்கு இல்லாததா? ஏன் இப்படிக் கவலைப்படறாங்க?”

“இல்லை. நிரந்தரமா அமெரிக்கா வரச் சொல்றாராம் பெத்ரூ.”

“வயசாயிட்டுது இல்லையா இவங்களுக்கு? அவனுக்கும் அங்க இவங்களை நினைச்சுக் கவலைதானே?”

“இல்லை ஜான். இஸபெல்லா ஆன்ட்டிக்கு நிரந்தரமா அங்க போக விருப்பமில்லை போல.”

"சரிம்மா. நான் ஏதாவது உதவி செய்ய வேணும்னா சொல்லுங்க. அவங்க எனக்கும் வேண்டப்பட்டவங்கதான். என்ன செய்ய முடியும்? மகனுக்கும் அவங்களுக்கும் நடுவுல நாம ஒண்ணும் செய்ய முடியாது. என்ன இருந்தாலும் நாம வெளியாளு, இல்லையா?"

"ஆமாம் ஜான். பார்க்கலாம். இஸபெல்லா ஆன்ட்டிகிட்டப் பேசறேன்."

"சரி."

"ஜான், ஒரே ஒரு உதவி செய்வீங்களா?"

"சொல்லுங்க."

"ப்ளீஸ், அந்த லீஸாகிட்ட பார்ட்டி எதுவும் இல்லைனு சொல்றீங்களா? நான் ஃபோன் பண்ணினதையும் பெத்ரூகிட்டச் சொல்லவேண்டாம்னு சொல்லிடுங்க. நான் இஸபெல்லா ஆன்ட்டிகாக இதையெல்லாம் செய்தேன்."

"சரி, சொல்லிடறேன்."

அவருடன் பேசி முடித்த சில நிமிடங்களில் நரேனும் அருணாவும் வந்தார்கள்.

"என்ன, முகம் வாடியிருக்கே?" என்றான் நரேன்.

"வேலை அதிகம்" என்றபடி செல்லம்மாள் எல்லாம் தயாராக வைத்திருந்ததால் தேநீர் தயாரிக்க முற்பட்டாள். அருணாவும் நரேனும் உடை மாற்றிக்கொண்டு வந்து அமர்ந்தனர். அவர்கள் இருவருக்கும் தேநீரைக் கோப்பைகளில் ஊற்றித் தந்தவுடன் இஸபெல்லா ஆன்ட்டியிடமிருந்து அழைப்பு வந்தது.

"என்ன சுதா, ஏதாவது கண்டுபிடிச்சியா?"

சுதா சற்றுத் தள்ளிப்போய்ப் பேசினாள்.

"அந்தப் பத்திரம் வீடு சம்பந்தப்பட்டப் பத்திரம்தான் ஆன்ட்டி. ஆனால் யார்கிட்ட இருக்குன்னு நான் சொல்ல முடியாது."

"அவன் வந்ததும் இந்த வீட்டை விற்கப் பார்ப்பான்."

"பெத்ரூ அப்படி ஏதும் செய்தால் அப்பப் பார்க்கலாம்."

"இல்லை. நான் எதற்கும் தயாரா இருக்கேன்."

"ஏதோ போருக்குத் தயாராகிறதுபோல சொல்றீங்க."

“இது போர்தான் சுதா. மங்களூர்க்காரிக்கும் அமெரிக்கனுக்கும் நடுவே நடக்கிற போர்.”

“விளையாடாதீங்க. அவர் உங்க மகன்.”

“அதை மாத்த முடியுமா? அதையும் மாத்த முடியாது. என்னையும் மாத்திக்க முடியாது. குட் நைட்.”

சுருக்கமாகச் சொல்லிவிட்டு இஸபெல்லா ஆன்ட்டி இணைப்பைத் துண்டித்தார்.

○ ○ ○

பெத்ரூ வந்தபின் ஆம்ப்ரோஸ் அங்கிளும் இஸபெல்லா ஆன்ட்டியும் ஆன்ட்டி எவ்வளவு மறுத்தாலும் நிரந்தரமாக அமெரிக்கா போய்விடுவார்கள் என்பதோடு இந்த விவகாரம் முடிந்துவிடும் என்றுதான் சுதா நினைத்தாள். முடிவில் இஸபெல்லா ஆன்ட்டி தனக்கு எண்பது வயதாகிவிட்டது; கணவருக்கு எண்பத்தேழு வயது, அதனால் வேறு எதுவும் செய்ய முடியாது என்பதைத் தெரிந்துகொண்டு நடப்பது நடக்கட்டும் என்று ஏற்றுக்கொண்டுவிடுவார் என்றுதான் தோன்றியது. அவருக்கு வேறு எந்தவகைத் தெரிவுகள் இருந்தன? சுதாவும் தன் மற்ற வேலைகளில் ஆழ்ந்துபோனதில் இது மறந்தும் போயிற்று. பெத்ரூவும் அமெரிக்காவிலிருந்து வந்தாகிவிட்டது என்று கேள்விப்பட்டாள். இஸபெல்லா ஆன்ட்டியும் தொடர்பு கொள்ளவில்லை பெத்ரூ வந்தபோது வாட்ஸப்பில் இருமுறை பெத்ரூ மும்பாய் வந்தாகி விட்டது என்று செய்தியும் வேலை மும்முரத்தில் இருக்கிறார் என்ற இன்னொரு செய்தியும் அனுப்பியது தவிர.

அன்று ஸ்டெல்லா வரும்போது இஸபெல்லா ஆன்ட்டியும் கூட வருவார் என்று அவள் சற்றும் எதிர்பார்க்கவில்லை. அலுவலகப் பகுதியில் நுழைந்து ஆன்ட்டி அவளை அணைத்துக் கொண்டதும் ஆச்சரியமடைந்தாள்.

“என்ன ஆன்ட்டி, பெத்ரூவோடு ஷாப்பிங் அது இதுன்னு பிஸியா இருப்பீங்கன்னு நினைச்சேன்” என்றாள்.

“அது ஒரு பக்கம். அமெரிக்கப் பேரன் பேத்திகளுக்குக் கொண்டுபோக கிறிஸ்மஸ் சமயத்தில் பண்ணும் ‘குஸ்வர்’ (பட்சணங்கள்) செய்யும் வேலை ஒரு பக்கம்.”

“சாப்பாட்டு சாமான் எல்லாம் அனுமதிக்க மாட்டாங்க ஆன்ட்டி.”

“அதிகம் இல்லை. கொஞ்சம் நியூரியோ, கொக்கிஸான், குல்குல்ஸ் இவ்வளவுதான். கைப்பையில கொண்டுபோகலாம். அனுமதிப்பாங்க.”

ஒவ்வொரு கிறிஸ்மஸ் சமயத்திலும் இஸபெல்லா ஆன்ட்டி செய்யும் பட்சணங்கள். கேட்கும்போதே நாக்கில் நீர் ஊறியது. நியூரியோ மகாராஷ்டிரத்தைச் சேர்ந்தவர்கள் கரஞ்சி என்றும் சுதாவின் அம்மா கரிச்சிக்காய் என்றும் சொல்லும் தேங்காய்ச் சர்க்கரைப் பூரணம் அடைத்துப் பொரித்த பிறை வடிவ இனிப்பு. கொக்கிஸான் பூ வடிவ அச்சில் முக்கிப் பொரிப்பது. மொறுமொறுவென்றிருக்கும். குல்குல்ஸ் கோடுகள் கீறிய அச்சில் மாவைத் தேய்த்துச் சுருட்டிப் பொரித்த சுருள்கள்.

"ஆன்ட்டி, கொஞ்சம் எங்களுக்கும் சேர்த்துப் பண்ணுங்க" என்றாள்.

"பண்ணாமல் இருப்பேனா?" என்றார்.

செல்லம்மாள் ஆன்ட்டியைப் பார்த்துவிட்டதால் விசாரிக்க வந்தாள்.

"நமஸ்தே ஆன்ட்டிஜி..."

"செல்லம்மா, உன் கையால செய்த சாய் சாப்பிடத்தான் வந்தேன். உன் மகள் சௌக்கியமா? நல்ல சேதி ஏதாவது உண்டா?"

"இதோ டீ போடறேன். மல்லிகா சௌக்கியம். உங்க ஆசிர்வாதம். நல்ல சேதி வரும். நீங்கதான் வந்து நடத்தித் தரணும். ஆனால் நீங்க ஒரேயடியா அமெரிக்கா போறீங்களாமே?"

"ஒரேயடியா போகமாட்டேன் செல்லம்மா. வந்துவிடுவேன், வந்துவிடுவேன்..." என்றார் இஸபெல்லா ஆன்ட்டி.

ஸ்டெல்லாவும் சுதாவும் ஒருவரையொருவர் பார்த்துக் கொண்டனர்.

செல்லம்மாள் தேநீர் தயாரிக்க விரைந்தாள்.

இஸபெல்லா ஆன்ட்டி வசதியாக அமர வெளியறைக்குக் கூட்டிவந்தாள் சுதா. மூவரும் ஸோபாக்களில் அமர்ந்தனர்.

"ஸோ, ஆன்ட்டி? சாமான் எல்லாம் கட்டியாச்சா?"

இஸபெல்லா ஆன்ட்டி ஸ்டெல்லாவைப் பார்த்தார். ஸ்டெல்லா சுதாவிடம், "அதைப்பத்திக் கொஞ்சம் பேசத்தான் வந்திருக்காங்க" என்றாள்.

செல்லம்மாள் தேநீர்க் கோப்பைகளை ஒரு தட்டில் வைத்துக் கொண்டுவர, ஸ்டெல்லா உடனே எழுந்தாள் செல்லம்மாவுக்கு உதவ. ஸ்டெல்லா கோப்பைகளை முக்காலியில் வைத்தாள். செல்லம்மாள் சிறு சிறு கிண்ணங்களில் சுடசுட உப்புமா கொண்டுவந்தாள் ஸ்பூனுடன். இஸபெல்லா ஆன்ட்டி

விரும்பிச் சாப்பிடுவார் என்று தெரியும். அவருக்குச் சாப்பிட வசதியாய் முந்திரிப்பருப்பை முழுதாகப் போடாமல் சிறு சிறு துண்டங்களாய்ப் பொடித்துப் போட்டிருந்தாள். அதைப் பார்த்துவிட்டு, "பார்த்தியா, இதுதான் செல்லம்மாள்" என்றார் இஸபெல்லா ஆன்ட்டி.

செல்லம்மாள் சிரித்தபடி சமையலறைக்குப் போனாள்.

"பெத்ரூ வீட்டை வித்துடணும்னு சொல்றார்" என்றாள் ஸ்டெல்லா.

"அது நமக்குத் தெரிஞ்சதுதானே?" என்றாள் சுதா. "நிரந்தரமா அங்க போறபோது வீடு இங்கே இருந்து என்ன பிரயோசனம்?"

"அதை இஸபெல்லா ஆன்ட்டிகிட்டச் சொல்லுங்க" என்றாள் ஸ்டெல்லா.

இஸபெல்லா ஆன்ட்டி உப்புமாவை ருசித்துச் சாப்பிட்டபடி இருந்தார். சாப்பிட்ட பிறகு தேநீர்க் கோப்பையை எடுத்துக் கொண்டு, "சுதா, நான் பேசறதை நீ பொறுமையாக் கேட்கணும்" என்றார்.

"வேற வழி?" என்றாள் சுதா சிரித்தபடி.

இஸபெல்லா ஆன்ட்டி முகத்தில் புன்னகை இல்லாமல் தீவிரமாக முகத்தை வைத்துக்கொண்டு சொன்னார்.

"மாடிக்குப் போக வெளியிலயும் படி இருக்கறதால ரெண்டு வீடுகளா விற்பது அவன் திட்டம். ஒரு சட்ட ஆலோசனைக் கம்பெனி மூலமாத்தான் எல்லா பேச்சும் நடக்கிறது போல. இருக்கும் கட்டில், மேசை, நாற்காலி, ஸோபா எதையுமே விற்காமல் அதோடு வீட்டை விற்பதாகத் திட்டம். ஆம்பூகிட்டயும் என்கிட்டயும் எதுவும் சொல்லலை. கிப்பாகிட்டச் சொல்லி அவர் என்கிட்டச் சொன்னார். "உங்கள் ரெண்டுபேருக்கும் பெத்ரூ எந்தக் கவலையும் தர விரும்பலை"ன்னு கிப்பா என்கிட்டச் சொன்னார். மேல் வீட்டுக்குப் பேச்சுவார்த்தை கிட்டத்தட்ட முடிஞ்சுபோச்சுன்னு கேள்விப்பட்டேன். வாங்கினவங்க வந்து பார்க்கக்கூட இல்லை. முதலீடு செய்ய வாங்கியிருக்கலாம். கீழ் வீடு இன்னும் விற்கலை."

"மேலேயும் கீழேயும் சேர்த்து விற்றிருந்தால் ஏதாவது ஹோட்டல் பிஸினஸ் பண்ணறவங்க வாங்கியிருக்கலாமே?"

"இல்லை. சேபல் ரோட்டுல இருக்கிறவங்களுக்கு அங்கே பெரிய ஹோட்டல் எல்லாம் வரதுல மறுப்பு இருக்கு."

"சரி. அப்புறம்?"

“இப்பத்தான் விஷயத்துக்கே வரேன். நன்ஹி கலி ட்ரஸ்ட் நினைவிருக்கா?”

மடில்டா இறந்ததும் ஆரம்பிக்கப்பட்ட அறக்கட்டளை அது. நன்ஹி கலி (சிறு பூ) என்ற பெயரில் இயங்கியது. கீழ் வீட்டின் ஓர் அறையில் குழந்தைகளுக்கான வாசகசாலை அமைத்திருந்தார்கள் ஆம்ப்ரோஸ் அங்கிளும் இஸபெல்லா ஆன்ட்டியும். குழந்தைகளுக்கு என்றாலும் இளையர்களும் வருவார்கள் அங்குள்ள கணினிகளை உபயோகிக்க. அவர்களுக் கென்று வேறு புத்தகங்கள் உண்டு. தவிர மாவா கேக்கும் சூடான பால் சாக்கலேட் பானமும் உண்டு எப்போதும். ஆண்டுதோறும் பள்ளிக்கூடக் குழந்தைகளுக்கும் கல்லூரியில் படிப்பவர்களுக்கும் உதவித்தொகை வழங்கப்பட்டது அறக்கட்டளை மூலமாக. மூன்று ஆண்டுகளுக்கு முன்தான் பழைய அறங்காவலர்களுக்கு மிகவும் வயதாகிவிட்டதால் ஸ்டெல்லாவும் சுதாவும் ஸ்டெல்லாவின் தந்தை ஜான் கருணாகரனும் அறங்காவலர்களாகச் சேர்க்கப்பட்டிருந்தார்கள். சேபல் தெருவில் வசிக்கும் இஸபெல்லா ஆன்ட்டியின் இன்னொரு இளம்வயதுத் தோழி தெரெஸா டிஸூஸாவுடன் சேர்த்து ஐந்து அறங்காவலர்கள். கில்பர்ட் லோபோதான் அறக்கட்டளைக்கான வக்கீல். ஒவ்வோர் ஆண்டும் எல்லோருக்கும் ஒரு கிறிஸ்மஸ் விருந்தும் ஒரு சுற்றுலாவும் உண்டு. இஸபெல்லா ஆன்ட்டி குறிப்பிட்டது அந்த அறக்கட்டளையைத்தான்.

“நினைவில்லாமல் இருக்குமா? நான் ஒரு ட்ரஸ்டி இல்லையா?”

“சரி, இப்போ கவனமா கேளு. அந்தக் கீழ் வீட்டை நான் அந்த ட்ரஸ்ட் பேர்ல வாங்க நினைக்கிறேன்.”

“என்ன ஆன்ட்டி இது? உங்க மகன்கிட்டயிருந்து நீங்களேயா?”

“ஆமாம். ட்ரஸ்டி மீட்டிங் ஒண்ணு வெச்சுத் தீர்மானம் செய்யணும்.”

“அது நீங்கதான்னு அவருக்குத் தெரிஞ்சா எவ்வளவு கஷ்டப்படுவார்?”

“அவனுக்குத் தெரியாது. உனக்கு நினைவில்லையா? நன்ஹி கலின்னு ஹிந்தியில சொன்னாலும் ட்ரஸ்ட் ரெஜிஸ்டர் பண்ணியிருக்கிறது லிட்டில் ஃப்ளவர் என்கிற பேர்லதானே? அதுவே அவனுக்குத் தெரியாது. இத்தனை வருஷமா அவன் அதுல எந்த அக்கறையும் எடுக்கலை.”

“ஒண்ணும் புரியலை ஆன்ட்டி. ஏன் இந்த ரகசிய விவகாரம் எல்லாம்? உங்க மகன் மேல உங்களுக்கு நம்பிக்கை இல்லையா?”

“இருக்கு. ஆனால் வாழ்க்கையோட போக்கு மேல நம்பிக்கை இல்லை. அது எங்கவேணா இழுத்துக்கொண்டு போகும். மலை மேல ஏத்திட்டுப் போகும். பள்ளத்தாக்குல உருட்டித் தள்ளிடும்.”

“சரி. இந்த வீட்டை வாங்கறீங்க ட்ரஸ்ட் பேர்ல. பணம் வேண்டாமா? ட்ரஸ்ட்டுல அவ்வளவு பணம் இல்லையே? அங்க வீட்டு விலையெல்லாம் ஏதோ ஒரு ராஜ்ஜியத்தை வாங்கற விலையாமே?”

“அதுக்குத்தான் இங்கே வந்தேன்” என்றபடி எழுந்து அலுவலகப் பகுதியில் அவர் கீழே வைத்திருந்த ஒரு தோல்பையை எடுத்துக்கொண்டு வந்தார். உட்கார்ந்துகொண்டு அதைத் திறந்து ஒரு சிறு பெட்டியை எடுத்தார். அதைத் திறந்து காட்டினார். தங்க நகைகள் பளபளத்தன. அவளுக்கு ஒரு முறை ஏதோ விசேஷத்துக்காகக் கொண்டுவந்தபோது காட்டிவிட்டு ஒவ்வொன்றையும் விளக்கியிருந்தார். திருமணத்தின்போது அவர் அணிந்த பிர்துக். மங்களூர் கத்தோலிக்க மணமகள் அணியும் சங்கிலி. ஆரம்பத்தில் கயிற்றில் கருகமணி கோர்த்தச் சங்கிலியாக இருந்தது. பிறகு அதில் நீளமான தங்கக் குண்டுகள் கோர்க்கப்பட்டு வெள்ளிப் பதக்கமும் இணைக்கப்பட்டது. அந்த வெள்ளிப் பதக்கத்தைக் கொங்கணியில் தாலி என்பார்கள் அப்போது. இஸபெல்லா ஆன்ட்டியின் பிர்துக் தங்கச் சங்கிலியில் குரிசுப் பதக்கத்தில் முத்தும் நவரத்தினங்களும் பதித்த பிற்காலத்தில் வந்த டிஸைன். குரிசின் மேற்பகுதியில் ஒரு புறாவின் உருவம் இருக்கும். அது பரிசுத்த ஆவியின் குறியீடு என்று விளக்கியிருந்தார் இஸபெல்லா ஆன்ட்டி. பிறகு பவழமும் தங்க மணிகளும் கோர்த்த கண்டி, காசுமாலையைப்போல் சக்ரஸர், பச்சைக்கல் நெக்லஸ் ஃபுகதோர். மாட்டலுடன் தோடுகள், செவியையே மறைக்கும் முத்துப் பதித்த முகுட். மேற்பகுதியில் தங்க முலாம் பூசிய தந்தோனி சீப்புகள். தங்க மீன் பதித்த மஸ்லி சீப்புகள். வளையல்கள், மோதிரங்கள்.

இஸபெல்லா ஆன்ட்டி காட்டிய பெட்டியில் எல்லாம் இருந்தன. அவருடையதும் அவர் அம்மாவும் பாட்டியும் அணிந்த நகைகளும்.

“வரபோது பாங்க் போயிட்டு வந்தோம்” என்று முணுமுணுத்தாள் ஸ்டெல்லா.

சுதாவுக்குக் குரலடைத்துப் போயிற்று.

“இதை நீ எனக்கு விற்றுத் தர முடியுமா?”

“இது உங்கள் குடும்பச் சொத்து ஆன்ட்டி.”

"அதனாலென்ன? எனக்கு மகள் இல்லை. பெத்ரூவுக்கு இதிலெல்லாம் அவ்வளவு விருப்பம் கிடையாது. சும்மா கிடக்காமல் உபயோகப்படலாமே? அந்தக் கீழ் வீடு, மடில்டா ஞாபகமா அந்த ட்ரஸ்ட் பேர்ல இருக்கட்டும்."

"எனக்கு இந்த மாதிரி பழைய நகைகள் வாங்கறவங்க யாரையுமே தெரியாது ஆன்ட்டி. முதல்ல இதோட விலையை மதிப்பிடணும்."

"அதைச் செய்துட்டேன் ஒரு ஆறு மாசம் முன்னால. ஒன்றரைக் கோடி பெறும். என் பாட்டியோடு கண்டியே பல லட்சங்கள் பெறும்னு சொன்னார் அந்த நகையை மதிப்புப் போட்டவர்."

"அவரையே கேட்கலாமே ஆன்ட்டி?"

"கேட்கலாம். அவர் இல்லை இப்போ. அவர் தந்த குறிப்பு இருக்கு. இதைத் தவிர டெபாஸிட் பணம் இருக்கு. சில கம்பெனி ஷேர் இருக்கு."

"நான் விசாரிக்கிறேன்."

"நேரம் இல்லை சுதா. உடனே விசாரி."

கொஞ்சம் யோசித்துவிட்டு முதலில் வித்யாசாகர் ராவ்தேயை அழைத்தாள்.

அவரிடம் விஷயத்தைச் சுருக்கமாகக் கூறி இஸபெல்லா ஆன்ட்டியிடம் பேசும்படி சொன்னாள்.

இஸபெல்லா ஆன்ட்டியிடம் கைபேசியைத் தந்தாள். அவர் எல்லோருக்கும் கேட்கும்படி ஸ்பீக்கரைப் போட்டார்.

"போலா ராவ்தே ஸாஹேப்."

"நமஷ்கார் இஸபெல்லா. காய் ஸால?"

இஸபெல்லா ஆன்ட்டி மராட்டியில் பேச ஆரம்பித்தார்.

"சுதா சொன்னபடி இந்த நகையை விற்கணும். அதுதான் விஷயம்."

"எனக்குத் தெரிஞ்ச ஒருத்தர் இருக்கார். பழைய நகையெல்லாம் ஆர்வமா சேகரிப்பவர். பெரிய பணக்காரர். ஆனால் எதுக்கும் கோவிந்த் ஷெல்கேகிட்டப் பேசிடுங்க. அவருக்கு இந்தக் கள்ளக் கடத்தல் பேர்வழிகளைத் தெரியும்."

"ராவ்தே ஸாஹேப், ஒரு நல்ல மனுஷர்கிட்ட இருந்தால் நான் சந்தோஷப்படுவேன்."

ஸாரஸ் பறவை ஒன்றின் மரணம்

ராவ்தே சிரித்தார்.

"இந்த மாதிரி அபூர்வக் குடும்பச் சொத்தான பழைய நகைகளை வாங்கறவங்க யாரும் முழுக்க யோக்கியமானவங்க கிடையாது இஸபெல்லா."

"அது சரிதான்."

"நான் விசாரிக்கிறேன். இப்பவே செய்கிறேன்."

சுதா கோவிந்த் ஷெல்கேயிடம் பேசலாம் என்று தீர்மானித்து அவரை அழைத்தாள்.

விஷயத்தைக் கூறியதும், "அது என்ன ராவ்தே குருஜி நான் ஏதோ கள்ளக்கடத்தல் பேர்வழிகளோடு கூட்டுச் சேர்ந்திருப்பது போல் சொல்கிறார்?" என்றுவிட்டுச் சிரித்தார். பிறகு "பழங்கால நகைகளை வாங்கும் ஒருத்தரைத் தெரியும்.பெரிய மனுஷர். கள்ளக்கடத்தல் பேர்வழி இல்லை. ஆனால் அவங்களை அவருக்குத் தெரியும்."

"அவர்கிட்டக் கேட்கலாமா கோவிந்த்?"

"தீதி, ஒண்ணு பண்ணலாம். ராவ்தே குருஜியோட நான் பேசி இதை எப்படிச் செய்யலாம்னு பார்க்கிறேன். இதுல எல்லாமே ரொக்கமாத்தான் தருவாங்க தீதி. அது இஸபெல்லா ஆன்ட்டிக்குச் சரிவராது. ஒழுங்கா செக் மூலமா யாராவது தருவாங்களான்னு பார்க்கலாம். ஒரு நல்ல வக்கீல் தேவைப்படும். நான் பார்க்கிறேன்."

"கோவிந்த், லௌகர் கரா" என்று சீக்கிரம் எல்லாம் செய்யும்படி உரக்கச் சொன்னார் இஸபெல்லா ஆன்ட்டி.

"ஹோ ஆன்ட்டி. மலா தும்சா ஆஷிர்வாத் த்யா" என்று அவர் ஆசியைக் கேட்டார் கோவிந்த்.

நகைகளைக் கொண்டுபோய் ராவ்தேவுக்கும் ஷெல்கேவுக்கும் காட்டுவது விற்பது அறக்கட்டளையின் பெயரில் காசோலை வாங்குவது எல்லாம் சுதாவின் பொறுப்பாயிற்று.

இஸபெல்லா ஆன்ட்டியை மீண்டும் கேட்டாள்:

"ஆன்ட்டி, இது அவசியம்தானா?"

"அவசியம்தான்."

"எப்படி இவ்வளவு உறுதியா சொல்றீங்க?"

"முதலாவது பெத்ரூவுக்குப் பணம் தேவை. ரெண்டாவது அந்த வீடு முழுவதுமா மூணாவது நபர் கையில் போவது எனக்கு இஷ்டமில்லை. மூணாவதும் ஒரு காரணம் இருக்கு."

“எதேச்சையா பெத்ரூவோட மொபைல்ல ஒரு சேதியைப் பார்த்தேன். ஸூஸன் எழுதியிருந்தாள். ‘நமக்குத் தேவை பணம். உன் பெற்றோர்கள் இல்லை. அவர்களையும் கூட்டிக் கொண்டுதான் வருவேன் என்று நீ பிடிவாதம் பிடிப்பது சரியில்லை. அப்படித்தான் செய்வேன் என்றால் நான் என்ன செய்யமுடியும்? நம் உறவை அது பாதிக்கும். அவ்வளவுதான் சொல்வேன். ஏற்கனவே நீ பல தவறுகளைச் செய்துவிட்டாய். தெளிவாக யோசித்து முடிவு எடு.’”

“ஆன்ட்டி, அவங்க நீளமா பேசினதுல இது ஒரு சின்னப் பகுதியா இருக்கலாம். வீணா குழம்பறீங்க.”

“இருக்கட்டும். நான் அங்கே போக மறுக்கலையே? இந்த வீட்டை ஒரேயடியாய் விற்க மனசில்லை. அவ்வளவுதான்” என்றுவிட்டு எழுந்தார் இஸபெல்லா ஆன்ட்டி.

செல்லம்மாளைப் பார்த்து, “செல்லம்மா, உப்புமா பிரமாதம். என்ன சமையல் நடக்கிறது? வாசனை மூக்கைத் துளைக்கிறது” என்றார்.

“சாப்பிட்டுட்டுப் போங்க ஆன்டிஜி. ஆனியன் சாம்பார், பாலக் சப்ஜி, டமாடர் ராய்தா.”

“இப்ப நேரம் இல்லை. இன்னொரு தடவை பார்க்கலாம்” என்றுவிட்டு அவர் கதவின் பக்கம் போகும் முன் சிறிய மூன்றடுக்கு டிபன் பெட்டியில் வெங்காய சாம்பார் சாதமும் கீரை மசியலும் தக்காளிப் பச்சடியும் வைத்துக்கட்டி அவர் கையில் தந்தாள் செல்லம்மாள்.

செல்லம்மாளை அணைத்துக்கொண்ட இஸபெல்லா ஆன்ட்டியின் இமைகள் நனைந்திருந்தன.

❍ ❍ ❍

ஒரு மாதத்தில் வீடு சம்பந்தப்பட்ட எல்லா வேலைகளும் முடிந்தன. வருமான வரி, வீடு விற்ற பணத்தை அமெரிக்காவுக்கு மாற்றுவதற்கான ரிஸர்வ் வங்கியின் அனுமதி எல்லாம் சட்ட ஆலோசனைக் கம்பெனி மூலமும் மற்ற வக்கீல்கள் மூலமும் நடந்ததால் அதிகம் வேலை இருந்தாலும் சோர்வு இருக்கவில்லை. ஜான் கருணாகரன் நேரடியாக இல்லாமல் பல உதவிகளைச் செய்தார். கிப்பா அங்கிளும் வக்கீல்களுடன் எல்லாவற்றையும் சரியாக விவாதித்து முடிவெடுப்பதில் உதவினார். மேல் வீட்டிலிருந்து தன் சாமான்களைக் கீழே கொண்டுவந்து வைத்தார் இஸபெல்லா ஆன்ட்டி. “மம்மி, அந்த ட்ரஸ்ட்காரரங்க ஏதாவது சொல்லப்போறாங்க. வீட்டைச் சரியா காலி பண்ணணும்”

என்று பெத்ரூ கூறியதும் கிப்பா அங்கிள் "இல்லையில்லை. அவங்ககிட்டப் பேசிட்டேன். நீங்க போனபிறகு நாங்க எல்லாத்தையும் சரியா காலி பண்ணித் தருவோம்" என்று கூறிய பிறகு அவர் பேசவில்லை. "ஹென்ரி"யை அறக்கட்டளையின் உபயோகத்துக்கு வைத்துவிட்டார் இஸபெல்லா ஆன்ட்டி. பெத்ரூவிடம் அதை என்ன செய்வது என்று ஜான் கருணாகரனும் கிப்பா அங்கிளும் பேசித் தீர்மானிப்பார்கள்; பழைய கார் அது; அது ஓடுவதே அதிசயம்; காயலான் கடைக்குத்தான் போடவேண்டும்; அதற்கு இப்போது நேரமில்லை என்றுவிட்டார். பலவற்றை விநியோகித்துவிட்ட அவருக்குத் தன் சிவப்புத் திருமணப் புடவை "ஸாடோ"வை மாத்திரம் யாருக்கும் தர மனதில்லை. அதை அழகாகப் பொதிந்து, பத்திரப்படுத்தி ஸ்டெல்லாவிடம் தந்தார், "நான் திரும்பி வரும்வரை உங்கிட்டே இருக்கட்டும்" என்றபடி.

முடிவில் கிளம்பும் நாளும் வந்தது. களையிழந்துபோயிருந்த பெத்ரூவின் முகத்தில் சிறிது புன்னகை வரத் தொடங்கியது. கிளம்புவதற்கு மூன்று நாட்களுக்கு முன் இஸபெல்லா ஆன்ட்டி எல்லோருக்கும் ஒரு விருந்து தரத் தீர்மானித்தார். அவரை வேலை செய்ய விடாமல் எல்லாவற்றையும் வெளியிலிருந்து வரவழைத்தார்கள் எல்லோரும். வீடு நிறையக் குழந்தைகளும் இளையர்களும் நண்பர்களும். சேபல் தெருவே வந்து குழுமி விட்டது. ஒரே கூச்சலும் கும்மாளமும் சிரிப்புமாய் இருந்தது.

"இஸபெல்லா ஆன்ட்டி, பாடுங்க" என்று ஒரே கூப்பாடு.

இஸபெல்லா ஆன்ட்டி தொண்டையைச் செருமிக்கொண்டார்.

இரண்டு மூன்று இளைஞர்கள் கிடார்களை எடுத்தார்கள். இன்னும் சிலர் மேசைகளின் மேல் தாளம் போட ஆரம்பித்தார்கள். அருணா ஓர் இளைஞனின் முதுகில் தாளம்போட ஆரம்பித்தாள் உற்சாகமாக.

"யே யே காத்ரீனா. . ."

என்று இஸபெல்லா ஆன்ட்டி ஆரம்பித்ததும் "ஹோஹோ" வென்று ஒரே சத்தம். ஆணும் பெண்ணுமாய்ப் பாடும் எழுபதுகளின் பிரபலமான கொங்கணிப் பாடல் அது. அப்போது அந்தப் பாடல் ரேடியோவில் ஒலிக்காத வீடே கிடையாது.

யே யே காத்ரீனா
நா நா யூன்சினா
துகா பைகல்லா தன் மாஹிம் வோர்தம்
மாஹிம் தன் துகா பேண்ட்ரா வோர்தம்
பேண்ட்ராசா த்யா ரானான்த் துகா
லவிங் ஷிகோய்தாம்

(வா வா காத்ரீனா

இல்லை இல்லை வர மாட்டேன்

உன்னை பைகல்லாவிலிருந்து மாஹிம் கூட்டிப்போவேன்

மாஹிமிலிருந்து பேண்ட்ரா கூட்டிப்போவேன்

பேண்ட்ராவின் காட்டில் உனக்கு

காதல் கற்றுத் தருவேன்)

முதல் ஐந்து வரிகளை இஸபெல்லா ஆன்ட்டி பாடியதும் ஆம்ப்ரோஸ் அங்கிள் மெல்ல எழுந்து அவரிடம் போய் நடனமாட அழைத்தார் 'யே யே காத்ரீனா' என்று பாடியபடி. எல்லோரும் போட்டக் கூச்சல் கூரையைப் பிளந்தது. இஸபெல்லா ஆன்ட்டி எழுந்து அவருடன் ஆட ஆரம்பித்தார். எல்லோரும் சேர்ந்துகொண்டனர்.

ஒரு கட்டத்தில் "உன்னோடு பைகல்லாவுக்கும் அமெரிக்கா வுக்கும் கூடவே வருவேன்" என்று கூறும் "பைகல்லா அணி அமேரிக்கா ஸங்கட்டா ஏய்த்தாம்" என்ற கொங்கணி வரிகள் வந்ததும் ஆம்ப்ரோஸ் அங்கிள் இஸபெல்லா ஆன்ட்டியின் கையை இறுகப் பற்றிக்கொண்டதை சுதா கவனித்தாள்.

அடுத்து "யே யே காத்ரீனா" வரி வந்ததும் கிப்பா அங்கிள் மெல்ல வந்து இஸபெல் ஆன்ட்டியை நடனமாட அழைத்தார் முகமெல்லாம் வெட்கத்துடன். "கிப்பா அங்கிள்" என்று கூச்சல்போட்டனர் எல்லோரும். ஜான் கருணாகரனும் ப்யூலாவும் ஆடத் தொடங்கியதும் ஸ்டெல்லா வேலுவை அழைத்தாள். "நான் மாட்டேன்" என்று மறுத்த அவனை ஸ்டெல்லா இழுத்து வர, கும்மி அடிப்பதுபோல் குனிந்து இரண்டு தட்டு தட்டி அவன் ஆடியதும் அறையே அதிரும்படி சிரிப்பு வெடித்தது. சுதாவையும் நரேனையும்கூட ஆடவைத்துவிட்டனர் அங்கிருந்த இளையர்கள். செல்லம்மாளையும் மல்லிகாவையும்கூட அழைத்திருந்தார் இஸபெல்லா ஆன்ட்டி. ஸ்டெல்லா குடும்பத்தினருடன் அவர்கள் உட்கார்ந்துகொண்டு கலவென்று பேச்சு போய்க்கொண்டிருந்தது. நடக்கக்கூடத் தெரியாத ஆனந்திப் பாப்பா பலபேர் இடுப்பில் உட்கார்ந்துகொண்டு குதித்துக்கொண்டிருந்தது வாயில் எச்சில் ஒழுக.

அத்தனைச் சத்தத்திலும் பெத்ருவின் வாயிலிருந்து ஓசையே எழும்பவில்லை. கையைக் கட்டிக்கொண்டு ஒரு மூலையில் நின்றுகொண்டிருந்தார். மற்றவர்கள் கவனிக்காவிட்டாலும் சுதா கண்ணில் அது பட்டது. வீடு விற்கும் வேலையில் பெத்ரு மிகவும் களைத்துப்போய்விட்டார் என்று பிறகு ஸ்டெல்லாவிடம் கூறினாள். "இருக்கலாம்" என்றாள் ஸ்டெல்லா.

யாரும் விமானதளத்துக்கு வரவேண்டாம் என்றுவிட்டார் பெத்ரூ. அதனால் கிளம்புவதற்கு முதல் நாள் இரவே சுதா இஸபெல்லா ஆன்ட்டி வீட்டில் போய்த் தங்கினாள். காலையில் ஏழு இருபதுக்கு விமான புறப்பாடு. இரண்டு நிறுத்தங்கள் உள்ள நீண்ட பயணமானாலும் குறைந்த விலை என்பதால் அதைத் தேர்ந்தெடுத்திருந்தார் பெத்ரூ. வீட்டிலிருந்து நான்கு மணிவாக்கில் கிளம்ப வேண்டும். மூன்றரைக்கே எல்லோரும் தயாராகிவிட்டனர். பெத்ரூவுக்கு உதவிய சட்ட ஆலோசனை நிறுவனத்திலிருந்து வக்கீல் நண்பர் பெரேரா தன் இனோவா வண்டியை எடுத்துவந்திருந்தார்.

மேல் வீட்டை ஒரு முறை சுற்றி வந்தார் இஸபெல்லா ஆன்ட்டி. சாவி கொடுத்தாகிவிட்டது. கதவைச் சாத்தவேண்டும் அவ்வளவுதான். சாத்திவிட்டுக் கீழே வந்து கீழ் வீட்டின் கதவை அறைந்து சாத்தினார். வண்ணம் தீட்டப்பட்டு மதுபாலாவின் முகம் வரையப்பட்டக் கதவு. தன் தலையை அதன் மேல் முட்டுக்கொடுப்பதுபோல் சாய்த்தார். பதினெட்டு வயதில் அவர் நுழைந்த வீடு அது. ஆம்ப்ரோஸ் அங்கிள் மெல்ல வந்து "இஜ்ஜூ..." என்றபடி இஸபெல்லா ஆன்ட்டியின் தோளில் கையை வைத்தார். இஸபெல்லா ஆன்ட்டி அவர் மீது சாய்ந்துகொண்டார்.

"மம்மி, சீக்கிரம் ஆகட்டும் . . ." என்று அவசரப்படுத்தினார் பெத்ரூ.

இஸபெல்லா ஆன்ட்டி எல்லோரையும் நிதானமாக ஒவ்வொருவராக அணைத்து விடைபெற்றார். இனோவா கிளம்பியதும் கட்டை விரலை உயர்த்திக் காட்டினார். எல்லோருக்குமே தொண்டை அடைத்தது. "ஏர்போர்ட் போகலாம்னு நினைச்சேன்" என்று முணுமுணுத்தார் கிப்பா அங்கிள். "கிப்பா அங்கிள், நீங்கள் இஸபெல்லா ஆன்ட்டியைக் காதலிக்கிறீங்க" என்று கேலிசெய்தாள் சுதா. "சேபல் ரோடுல என் வயது ஆசாமிகளில் யாராவது அவளைக் காதலிக்கலைன்னா அதுதான் அதிசயம்" என்றுவிட்டுச் சிரித்தார் கிப்பா அங்கிள்.

தன் வீட்டுக்கு வந்து டீ சாப்பிட அழைத்தார் ஜான் கருணாகரன். "சுதாம்மா வாங்க. டீ குடிச்சிட்டு, நிதானமா பலகாரம் சாப்பிட்டுட்டு ரெண்டுபேருமா சேர்ந்தே போகலாம் இன்னிக்கு" என்றாள் ஸ்டெல்லா. தன் வண்டியை அங்கேயே விட்டுவிட்டுக் கிளம்பினாள் சுதா அவர்களுடன்.

ஸூநயனாவுடன் தூங்கிக்கொண்டிருந்தாள் ஆனந்திப் பாப்பா. வேலுவின் அம்மா மலர்விழி எழுந்து தேநீர் தயாரிக்க ஆரம்பித்திருந்தாள். ஸ்டெல்லா அவளுக்கு உதவ ஆரம்பித்தாள்.

எல்லோரும் தேநீர் குடித்தபடி பேசிக்கொண்டிருந்தபோது சுதாவின் கைபேசி ஒலித்தது. கோவிந்த் ஷெல்கே.

"ஹலோ கோவிந்த். காய் ஸால?"

"தீதி, எங்கே இருக்கீங்க? வீட்டுக்குப் போயாச்சா?"

"இல்லை. ஸ்டெல்லா வீட்டுல இருக்கேன். என்ன விஷயம்?"

"நீங்க அங்கேயே இருங்க. ஒம்பது ஒம்பதரைக்கு இஸ்பெல்லா ஆன்ட்டி வீட்டுப் பக்கம் இருங்க."

"என்ன விஷயம்னு . . ." என்று அவள் கூறும் முன்பே இடைமறித்து, "பேச நேரமில்லை" என்றுவிட்டு இணப்பைத் துண்டித்துவிட்டார்.

"இது என்ன புதிரால்ல இருக்கு?" என்றபடி சுதா கோவிந்த் கூறியதை எல்லோருக்கும் கூறினாள்.

அவள் சொல்லிக்கொண்டிருக்கும்போதே ஜான் கருணாகரனின் கைபேசி ஒலித்தது.

"சொல்லும்மா" என்றார்.

"காலையில வரியா? சரி. என்ன? கிளம்பியாச்சா? சரி. எங்க வீட்டுக்கு வா. அதே தெருதான். மௌன்ட் கார்மல் சர்ச் பக்கமா வரும். நம்பர் 108. சரி, வா" என்றார்.

"யாருப்பா?" என்று கேட்டாள் ஸ்டெல்லா.

"லீஸா. வந்திட்டிருக்கா."

"எதுக்கு?"

"மாடி வீட்டை அவதானே வாங்கியிருக்குறா? யாருக்கும் சொல்ல வேண்டாம்னு சொல்லலை" என்றார்.

ஸ்டெல்லா எழுந்துபோய் தன் அப்பாவின் முதுகில் செல்லமாக மொத்தினாள். "நாங்க இங்க ஒவ்வொரு கேசுக்கும் இவ்வளவு கஷ்டப்படறோம். நீங்கன்னா ஊமை மாதிரி இருந்துகிட்டு இவ்வளவு வேலை செய்திருக்கீங்க" என்றாள் மொத்தியபடி.

"ஏய்! விடு அவரை. எங்கேயாவது பட்டுடப்போவுது" என்றான் வேலு.

இது என்ன திரௌபதி சேலைமாதிரி இழுக்க இழுக்க வந்துட்டே இருக்கே?" என்றாள் சுதா.

ஜான் கருணாகரன் சிரித்தார்.

வெளியே வண்டியின் ஒலிப்பான் கேட்டது.

கதவைத் திறந்ததும் நாற்பது வயது மதிக்கத்தக்க ஒரு பெண்மணி உள்ளே வந்தாள். கூடவே அவளுடன் ஒட்டிக்கொண்டு தயக்கத்துடன் மிரள விழித்தபடி சிறுமி ஒருத்தி.

"வா லீஸா" என்று வரவேற்றார் ஜான் கருணாகரன்.

❍ ❍ ❍

இஸபெல்லா ஆன்ட்டியின் விவகாரம் திரௌபதி சேலைபோல் இழுக்க இழுக்க வந்துகொண்டே இருந்தது என்பது சரியான உவமை என்றால் லீலாவின் வசம் அதில் சில சேலைகள் இருந்தன இஸபெல் ஆன்ட்டி அறியாமலேயே. ஸுநயனாவும் ஆனந்திப் பாப்பாவும் எழுந்துவிட்டதால் மகளை அவர்களுடன் பேசி விளையாடிக்கொண்டிருக்க உள்ளே அனுப்பிவிட்டு லீஸா கூறிய அவள் வாழ்க்கை பற்றிய விவரங்களிலிருந்து அது தெரிந்தது.

பள்ளியில் பெத்ரூ அவளைவிட பெரிய வகுப்பில் இருந்தாலும் பெத்ரூவின் நட்புக் குழுவில் அவள் இருந்தாள். பெத்ரூ பொறியியல் கல்லூரியிலும் மற்றவர்கள் வேறு வேறு துறைக் கல்லூரிகளிலும் அவள் கலைக் கல்லூரியிலும் இருந்தாலும் அவர்கள் நட்பு தொடர்ந்தது. பெத்ரூவிடம் மிகவும் நெருக்கமான நட்பு இருந்தது. அவன் அமெரிக்கா போகும் முன் தன்னைத் திருமணம் செய்துகொள்வான் என்றுகூட எதிர்பார்த்தாள். அவன் அங்கு சென்றபின்கூடத் தொடர்ந்து அவளுடன் தொலைபேசியில் பேசிக்கொண்டும் எழுதிக்கொண்டும்தான் இருந்தான். ஸூஸனுடன் அவன் திருமணம் செய்துகொண்டது அவளுக்கு ஏற்பட்ட முதல் அதிர்ச்சி. அவனால் அதை விளக்க முடிந்தது. நியாயப்படுத்த முடிந்தது. அமெரிக்காவில் தொடர்ந்திருக்க ஓர் அமெரிக்கப் பெண்ணை மணப்பது ஓர் உத்திதான். அவன் மனத்தில் இருப்பது அவள்தான். அவளுக்கும் அவனுக்கும் திருமணத்தின் அவசியம் என்ன? அவர்கள் இருவரையும்விட நெருங்கி இணைந்திருக்கும் வேறிருவர் இருக்க முடியுமா? அவளுக்கும் அப்படித்தான் தோன்றியது. தந்தை இறந்த பிறகு அவள் வீடு, அலுவலகம் இரண்டையும் இணைத்துச் செயல்பட முன்பு இருந்த பைகல்லாவிலிருந்து பாந்த்ரா பகுதிக்கு வந்தபோது பெத்ரூ வெளிநாட்டில் வேலை செய்யும் அவள் கணவன் என்றே நினைத்தார்கள் அந்த அடுக்குமாடிக் கட்டடத்தில் இருந்தவர்கள். அந்த எண்ணத்தை மாற்ற அவள்

முயலவில்லை. ஸூஸனுக்கு இரண்டாவது குழந்தை பிறந்த பிறகுதான் அவளுக்கும் அடக்க முடியாத ஆசை வந்தது ஒரு குழந்தைக்காக. தாயாவதுதான் தன் உடலின் ஏரணத்தின் சரியான நிறைவாக இருக்க முடியும் என்று உறுதியாக நம்பினாள். எந்தக் குழந்தையைப் பார்த்தாலும் மனம் அலைந்தது. பித்துப் பிடித்தவள்போல் பெத்ரூவை நச்சரித்தாள். பெத்ரூவுக்கு அது குறித்துத் தயக்கம் இருந்தது. மிகவும் வற்புறுத்தலுக்குப் பின் மிகுந்த தயக்கத்துடன்தான் அதை ஏற்றுக்கொண்டான். குழந்தை பிறந்தபோது வந்தான். அதன்பின் அவன் வருவது குறைந்தது. அவ்வப்போது மின்னஞ்சல்களும் அழைப்புகளும் வரும். முதலீடுகளில் பெருத்த நஷ்டம் ஏற்பட்டிருப்பதாகவும் தற்கொலை முயற்சி செய்ததாகவும் ஒருமுறை எழுதினான். "என் வாழ்க்கையில் அர்த்தம் இருப்பதாகத் தெரியவில்லை லீஸா. என் பெற்றோர்கள் நான் இன்னும் சேபல் தெருவில் விளையாடிய சிறுவனாகவே என்னைப் பார்க்கிறார்கள். ஸூஸனுக்கு அவர்களைப் பிடிக்கவில்லை. அவர்களுக்கும் அவளைப் பிடிக்கவில்லை. பெரிய வீடு. அதற்கான செலவு. இரண்டு பெரிய பெட்ரோல் விழுங்கும் வண்டிகள். ஏகப்பட்டத் தேவைகள் உள்ள குழந்தைகள். உடலைப் பிழிந்து வேலைவாங்கும் அலுவலகம். இதில் இப்போது முதலீடு செய்ததில் பெரும் நஷ்டம். தூக்கமாத்திரைகளை விழுங்க நினைத்தேன். நீ நம்ப மாட்டாய். அப்போது என் முன்னால் வந்தது உன் முகம்தான். பள்ளியில் படிக்கும்போது பட்டாம்பூச்சி முடிச்சுப்போட்ட ரிப்பனுடன் இரட்டை ஜடையில் இருக்கும் உன் முகம்..."

பைகல்லா வீட்டை விற்றுத்தான் ஒரு பெரிய தொகை அனுப்பி அவனை அப்போது பெருத்த நஷ்டத்திலிருந்து காப்பாற்றினாள். கடந்த இரண்டு ஆண்டுகளில் மீண்டும் விலகத் தொடங்கினான். அதிகப்படி செலவுகள். மீண்டும் பண நஷ்டம். இதோடு இவன் தவறிப்போய் மூட மறந்த மின்னஞ்சலில் லீஸாவின் புகைப்படங்களையும் கடிதங்களையும் ஸூஸன் பார்த்துவிட்டுக் கோபத்தின் உச்சத்திலிருந்தாள். அவனுக்கு இந்தியா வர விருப்பமில்லை. இந்தியாவில் அவன் வழியே தெரியாத ஒரு பயணி. இந்தியத் தெருக்களில் அவனால் நடக்கக்கூட முடியவில்லை.

லீஸாவினுள்ளும் பெருஞ்சினம் மூண்டது. தன் பணத்தைத் திருப்பித்தரும்படி அவனை நெருக்க ஆரம்பித்தாள். சென்ற ஆண்டு பகுதிப் பணத்தைத் திருப்பினான். அதற்காக என்ன செய்தான் என்று தெரியாது. பணம் வந்தபின் அவன் வாழ்க்கையை நினைத்துப் பரிதாபப்பட்டாள். ஆனால் பல வெறுப்பை உமிழும் வார்த்தைகளைப் பேசியாகிவிட்டது. பலர் முன்

நிர்வாணப்படுத்தப்படுவதுபோல் உணர்வைத் தந்தாகிவிட்டது. தொடர்பு இழை நைந்துபோக ஆரம்பித்தது. இந்த முறை கடைசியாக வருவதாலோ என்னவோ தான் வருவது குறித்துத் தகவல் தந்திருந்தான். அவனுடைய முக்கியமான கோப்புகள் அவள் வசம் இருந்ததும் ஒரு காரணமாக இருந்திருக்கலாம். வந்ததுமே அவற்றைக் கேட்டு வாங்கிவிட்டான். வாங்க வந்தபோது உட்காரக்கூட இல்லை. அவசரத்தில் இருந்தான்.

மீண்டும் அந்தப் பணத்தை அவனிடமே தரத்தான் மாடிப்பகுதியை ஜான் அங்கிள் உதவியோடு வாங்கினாள். மகள் பெயரில் வாங்கியதாலும் சட்ட நிறுவனம் மூலம் செய்ததாலும் அவனால் தெரிந்துகொள்ள முடியவில்லை. ஏதோ ஒரு வகையில் அவனுக்கு உதவிவிட்டதாக அவள் நினைத்துக் கொண்டிருந்தபோது மீதிப் பணத்தையும் அவள் வங்கியில் கட்டிவிட்டான். "உனக்கு நான் எந்த வகையிலும் கடனாளி இல்லை இனிமேல்" என்று ஒரு வரி எழுதினான். கையில் பணம் இருந்தது. குழந்தை இருந்தது. ஆனாலும் யாருமில்லை என்று தோன்றியது. ஜான் அங்கிள் மட்டும் இல்லாதிருந்தால் முற்றிலும் உடைந்திருப்பாள். அப்போதுதான் ஜான் அங்கிள் இஸபெல்லா ஆன்ட்டி நகைகள் விற்க விரும்புவது பற்றிப் பேச்சுவாக்கில் கூறினார். வேறொருவர் மூலம் அவற்றை வாங்கினாள். பெத்ருவின் வீட்டின் ஒரு பகுதியும் இந்த நகைகளும் அவள் மகள் விரிந்து படர இடம் தரும் என்று நம்புகிறாள். அவளை நிலைத்து நிற்க வைக்கும் வேர் இவளாக இருந்தாலும் கிளைத்துப் பெருக ஒரு வெளி வேண்டும். வீடு என்பது வெறும் வீடு இல்லை. நகைகள் வெறும் நகைகள் இல்லை. அவற்றில் இருக்கும் சரித்திர வெளியில் பயணிக்க முடியும். பலரும் புழங்கிய வெளி. பல எண்ணங்கள், அன்பு வார்த்தைகள், மகிழ்ச்சி, காதல் நிரம்பிய வெளி. அப்படித்தான் அவள் நம்புகிறாள்.

லீஸா கூறி முடித்ததும் மௌனம் நிலவியது. ப்யூலா அவளை அணைத்துக்கொண்டாள்.

மணி எட்டு. ஆனந்திப் பாப்பா உற்சாக ஒலிகளை எழுப்ப ஆரம்பித்திருந்தாள். காலைப் பலகாரத்தையும் தட்டுகளையும் சாப்பாட்டு மேசையில் வைக்க ஆரம்பித்தார்கள் ஸ்டெல்லாவும் வேலுவும்.

பலகாரம் சாப்பிட்டபின், "நான் வீட்டைப் போய்ப் பார்க்கிறேன். பிறகு ஆஃபீஸ் போகணும். நாளை மறுநாள் ஞாயிற்றுக்கிழமை சாமானோட வந்துடுவேன். ஒரு பெட்டி உங்ககிட்டத் தரணும் ஜான் அங்கிள். வண்டியில இருக்கு. திரும்பப் போகும்போது தரேன்" என்றாள் லீஸா.

தன் மகளுடன் கிளம்பிப்போனாள்.

அவரவர் வேலைக்கேற்ப எல்லோரும் தயாரானபோது மணி ஒன்பது. எல்லோரும் தயாராகி முடித்ததும் கோவிந்தின் அழைப்பு வந்தது. தான் வந்துகொண்டே இருப்பதாகச் சொன்னார். வேலு மலர்விழியைப் பள்ளியில் கொண்டுவிடத் தயாரானான். ஸுநயனா முன்பே கல்லூரிக்குக் கிளம்பிப் போயிருந்தாள் தன் ஸ்கூட்டரில். ஜானும் ஸ்டெல்லாவும் சுதாவும் கிப்பா அங்கிளும் இஸபெல்லா ஆன்ட்டியின் வீட்டை நோக்கி நடக்க ஆரம்பித்தனர். கோவிந்த் ஷெல்கே தானே வரும்படி அப்படி என்ன விஷயம் இருக்கும் என்று பேசியபடி வந்து வெளிவாயிலின் உட்புறமாய் நின்றனர். பத்து மணிக்கு கோவிந்த் ஷெல்கேயின் வண்டி வருவது தெரிந்தது. வண்டியை வெளிவாயிலின் அருகே நிறுத்திவிட்டு இறங்கியவர் பின்பக்கக் கதவைத் திறக்க விரைந்தார். பின்பக்கக் கதவைத் திறந்து கைத்தாங்கலாய் ஆம்ப்ரோஸ் அங்கிளை இறக்கியதும் பதறிப்போய் எல்லோரும் ஓடினர் உதவி செய்ய.

“காய் ஸால கோவிந்த்? தே ஆஜாரி ஆஹேத் கா?” (உடம்பு சரியில்லையா?) என்று கேட்டாள் சுதா.

பேசவேண்டாம் என்று கைகாட்டி அடக்கினார் கோவிந்த். ஜான் அதற்குள் வீட்டுக் கதவைத் திறந்திருந்தார். கைத்தாங்கலாக ஆம்ப்ரோஸ் அங்கிளை நடத்திச்செல்ல ஆரம்பித்ததும் இஸபெல்லா ஆன்ட்டி வண்டியிலிருந்து இறங்கினார். வீட்டினுள் போய் உள்ளறையின் படுக்கையில் அவரைப் படுக்கவைத்ததும் தண்ணீர் வேண்டும் என்றார். தண்ணீர் தந்ததும் கண்ணை மூடிக்கொண்டார். கிப்பா அங்கிள் அவரருகே அமர்ந்துகொண்டார்.

எல்லோரும் வெளியறைக்கு வந்தனர். ஸ்டெல்லா சமையலறைக்கு விரைந்து டீத்தூள், பவுடர் பால், சர்க்கரை ஏதாவது இருக்கிறதா என்று பார்த்தாள். அதற்குள் ஜான் அருகில் இருந்த டீக்கடையிலிருந்து இரண்டு கிளாஸில் தேநீரும் பிஸ்கோத்துப் பொட்டலமும் வாங்கிவந்தார். இஸபெல்லா ஆன்ட்டி, “நிஜமாவே டீ குடிக்கணும்போல் இருந்தது” என்றபடி கிளாஸை வாங்கிக்கொண்டாள். மாரி பிஸ்கோத்துப் பொட்டலத்தைப் பிரித்து இரண்டு பிஸ்கோத்துகளைத் தந்தாள் சுதா. கோவிந்தும் சோர்ந்திருந்தார் போலும். ஜான் தந்த கிளாசை பெருமூச்சுவிட்டவாறே வாங்கிக்கொண்டார்.

இரண்டு முழுங்கு தேநீர் குடித்த பிறகு இஸபெல்லா ஆன்ட்டி சுதாவையும் ஸ்டெல்லாவையும் பார்த்து, “நீங்க ரெண்டுபேரும் எதுக்கும் லாயக்கில்லாத துப்பறியும் வேலை செய்யறீங்க . . .” என்றார்.

"அது இருக்கட்டும் ஆன்ட்டி. என்னதான் ஆச்சு?"

உள்ளறையிலிருந்து ஏதாவது சத்தம் வருகிறதா என்று பார்த்துவிட்டு, தேநீரைப் பருகியபடி பேச ஆரம்பித்தாள் இஸபெல்லா ஆன்ட்டி.

காலையில் நாலரை மணிக்கு விமானதளத்தை எட்டிவிட்டனர். பெத்ரூ இறங்கினான். இனோவா டிக்கியிலிருந்து தன் சாமானை இறக்கினான். இறங்கத் தயாரான இஸபெல்லாவிடம், "மம்மி, நீங்களும் பப்பாவும் இறங்க வேண்டாம்." என்றான்.

"இறங்காமல்? காரிலா அமெரிக்கா போக முடியும்?" என்றார் இஸபெல்லா ஆன்ட்டி.

காரின் உள்ளே வந்து அவர் கையைப் பிடித்துக்கொண்டான். "மம்மி, ப்ளீஸ், என்னை 'மன்னிச்சிடுங்க. நான் உங்கள் ரெண்டுபேரையும் அமெரிக்கா கூட்டிக்கொண்டு போக முடியாது" என்றுவிட்டு அழத் தொடங்கினான்.

"நாங்கள் எங்கே போக முடியும் பெத்ரூ?"

"இங்கே அஸன்காவ் பக்கத்தில் வஸிந்தில் அழகான ஹெல்த்கேர் இடம் இருக்கு மம்மி. வயசானவங்களுக்கான ஓய்வுக்கான இடம் மாதிரி. ஹோம் இல்லை மம்மி. அழகான இடம். அங்கே உங்களுக்கு ஏற்பாடு பண்ணியிருக்கேன்." காரை ஓட்டிவந்த பரேராவைக் காட்டி, "பரேரா கூட்டிக்கொண்டு போவார். பணமெல்லாம் கட்டியாகிவிட்டது" என்றான்.

ஆம்பூ அங்கிளின் முகம் வெளிறியது. "அமெரிக்கா போகலியா?" என்றவர் மூச்சடைத்ததுபோல் திணறி திணறி மூச்சு விட ஆரம்பித்தார். "ஸாரி பப்பா, ஸாரி பப்பா. எல்லா விஷயத்திலும் எனக்குத் தோல்விதான். தோற்றுப்போனவன் நான். ஸாரி" என்றுவிட்டு இறங்கினான்.

இஸபெல்லா ஆன்ட்டி காரைவிட்டு இறங்கினார். அவன் தலையில் கை வைத்து ஆசிர்வதித்தார். அணைத்துக்கொண்டு நெற்றியில் முத்தம் இட்டார். "பெத்ரூ, கவலைப்படாமல் போ. எல்லாம் சரியாகிவிடும். என்கிட்டே முன்னாலேயே சொல்லியிருந்தால் நன்றாக இருந்திருக்கும். இப்படிக் கடைசி நிமிஷத்தில் சொன்னால் யாருக்குத்தான் அதிர்ச்சியாகாது?" என்றார் இதமாக

அவர் கைகளைப் பற்றிக்கொண்டான். இறைஞ்சும் குரலில், "எனக்குத் தைரியம் வரவில்லை மம்மி. ஸாரி" என்றான். கண் நிறையக் கண்ணீர்.

தன் கைக்குட்டையால் அவன் கண்களைத் துடைத்தார் இஸபெல்லா ஆன்ட்டி. "போகட்டும் விடு. சந்தோஷமாகப்

போ. எங்களுக்கு ஒன்றும் ஆகாது. போய்ச் சேர்ந்ததும் எழுது. முடிந்தால் பேசு. ஸூஸனுக்கு எங்கள் அன்பைச் சொல்லு. எங்கள் முத்தம் குழந்தைகளுக்கு.”

காரின் உள்ளேயிருந்த பெரிய பையிலிருந்து குழந்தைகளுக்காகச் செய்த பட்சணங்கள் இருந்த பையை எடுத்துத் தந்தார். “இதைக் கொண்டுபோக முடியுமா?”

வாங்கிக்கொண்டு அணைத்து முத்தமிட்டான். ஆம்பூ அங்கிளின் கையில் முத்தமிட்டான். கலங்கிய கண்களுடன் பெட்டியை இழுத்தபடி போனான்.

இஸபெல்லா ஆன்ட்டி காருக்குள் வந்ததும் அதுவரை மௌனமாக இருந்த பரேரா “கிளம்பலாமா?” என்றார்.

“உங்கள் பேர் என்ன, பரேராவா? மிஸ்டர் பரேரா, நாங்கள் வஸிந்த் கிஸிந்த் எல்லாம் வரமாட்டோம். பாந்த்ராவுக்கு விடுங்க வண்டியை” என்றார் இஸபெல்லா ஆன்ட்டி.

“அது முடியாது. பீட்டர் வஸிந்த் கொண்டுபோய் விடச் சொல்லியிருக்கிறார்” என்று வண்டியைக் கிளப்பத் தொடங்கினார் பரேரா.

“வண்டியை நிறுத்துங்க” என்று ஓர் அதட்டல் போட்டுவிட்டு கோவிந்த் ஷெல்கேயை அந்தக் காலை நேரத்தில் கூப்பிட்டார். அவர் விரைந்து வந்து கூறியும், பரேரா தனக்கிட்ட வேலையைச் செய்துதான் ஆக வேண்டும்; தவிர வஸிந்தில் அந்த ஆரோக்கிய நிலையத்தில் இன்று காலையில் இருவரையும் கொண்டு சேர்ப்பதாகக் கூறியாகிவிட்டது என்று வாதிட்டார். பிறகு வஸிந்த் வரை போய் அங்குள்ள டாக்டரும் அதிகாரிகளும் வரும்வரை காத்திருந்து விளக்கிவிட்டு, கட்டிய பணத்தைத் திருப்புவதற்கான விவரங்களைக் கூறிவிட்டு, வரும் வழியில் சிற்றுண்டி சிறிது சாப்பிட்டுவிட்டு வரத்தான் இத்தனை நேரம். ஆம்பூ அங்கிளைச் சாப்பிட வைக்கத்தான் அவ்வளவு சிரமம் ஆயிற்று. அவருக்கு அமெரிக்கா போகவில்லை என்பதே இன்னும் சரியாக மனத்தில் பதியவில்லை.

இஸபெல்லா ஆன்ட்டி கூறி முடித்ததும் என்ன கூறுவதென்று யாருக்கும் தெரியவில்லை. கோவிந்த் தனக்கு நேரமாகிவிட்டதென்று கிளம்பினார். அவரை அருகில் அழைத்து அவர் நெற்றியில் முத்தமிட்டார் இஸபெல்லா ஆன்ட்டி. “கோவிந்த், தூ பண் மாஸா முல்கா ஆஹேஸ்” (நீயும் என் மகன்தான்) என்றார்.

“ஹோ, ஆன்ட்டிஜி” என்றுவிட்டு அவர் காலைத் தொட்டு வணங்கிவிட்டுக் கிளம்பினார் கோவிந்த் ஷெல்கே.

வண்டி வந்ததையும் எல்லோரும் வந்ததையும் மேலிருந்து பார்த்திருந்தாளோ என்னவோ வாசல் கதவருகே லீஸா வந்து தயக்கத்துடன் வந்து நிற்பதைப் பார்த்தாள் சுதா.

கண்களைக் குறுக்கிப் பார்த்து, "யாரது?" என்றார் இஸபெல்லா ஆன்ட்டி.

"லீஸா மம்மி..."

"எந்த லீஸா? பெத்ரூவோட ஃப்ரெண்டா?"

"லீஸா உள்ளே வந்து, "ஆமாம் மம்மி. அந்த லீஸாதான்" என்றாள்.

"நீ எப்படி...?"

"மாடியை நான்தான் வாங்கியிருக்கேன் மம்மி..."

"என்னது?" என்று கத்தினார் இஸபெல்லா ஆன்ட்டி.

அவர் முன் வந்து அமர்ந்துகொண்டு கையிலிருந்த தந்த வேலைப்பாடுகள் செய்த மரப்பெட்டியை அவர் முன் வைத்தாள். "என் மகளுக்காக வாங்கினேன். இப்போ உங்ககிட்ட இருக்கட்டும்" என்றாள்.

"என்னது இது?"

"திறந்து பாருங்க"

சுதா அதன் மெல்லிய பிடியைத் தூக்கிவிட்டுத் திறக்க உதவினாள். மூடியைத் திறந்தார் இஸபெல்லா ஆன்ட்டி.

உள்ளே அவர் நகைகள் அனைத்தும் இருந்தன. ஜானிடம் தருவதாகக் கூறிய பெட்டி இதுதான் போலும். அவரிடம் பாதுகாப்பாகக் கொடுத்துவைக்க லீஸா எடுத்து வந்திருக்கலாம்.

"ஹா" என்று கத்தினார் இஸபெல்லா ஆன்ட்டி. "இது எப்படி...?"

சற்று அருகே வந்து இஸபெல்லா ஆன்ட்டியின் கரங்களைப் பற்றிக்கொண்டு, "நான்தான் வாங்கினேன் மம்மி, பெத்ரூவோட பணத்தில். உங்களுக்கு எல்லாம் சொல்கிறேன்" என்றாள் லீஸா.

"உனக்குத் தெரியுமா சுதா?" என்று கேட்டார்.

சுதா இல்லையென்று தலையசைத்ததும், "என்ன மாதிரி டிடெக்டிவ் நீ?" என்றார் சிரித்தபடி.

வாசலில் லீஸாவின் மகள் வந்து நின்றாள்.

“உள்ளே வா” என்றள் லீஸா.

அவள் உள்ளே வந்து தன் அம்மாவின் அருகில் நின்றுகொண்டாள்.

“உன் மகளா?” என்றார் இஸபெல்லா ஆன்ட்டி சிறுமியை உற்று நோக்கியபடி.

“ஆமாம் மம்மி. என் மகள்தான். மடில்டா பின்டோ. மடில்டா என் அம்மாவின் பெயர்.”

“என்ன சொன்னாய்? மடில்டா பின்டோவா?”

“ஆமாம். பெத்ரூவுடைய மகள். பத்து வயதாகிறது.”

லீஸா என்ன செய்யவேண்டும் என்று சொல்லியிருப்பாள் போலும். மடில்டா இஸபெல்லா ஆன்ட்டியின் கையைப் பிடித்துக்கொண்டு “ஹலோ பாட்டீ . . .” என்றாள். பிறகு திருத்திக்கொண்டு, “ஹலோ க்ராண்ட்மா” என்றாள்.

குழந்தையின் முகத்தை வருடினார். தலையைத் தடவினார். “என் மெட்டூ வந்துவிட்டாள்” என்றார் குழறியபடி இஸபெல்லா ஆன்ட்டி.

“ஆம்பூ . . .” என்று கூவினார் உள்ளறையை நோக்கி.

“மெட்டூ வந்திருக்கிறாள். . .”

சிறுமியை அணைத்துக்கொண்டு, “நான் உன்னோட ஓட்லி மாய்” என்றுவிட்டு இன்னும் இறுக்கிக்கொண்டார் நெஞ்சோடு. காலையிலிருந்து நடந்த அத்தனை விஷயங்களும் அப்போது ஒருசேர வந்து தாக்கியதாலோ என்னவோ நெஞ்சிலிருந்து ஒரு விம்மல் வெடித்து வந்தது.

○ ○ ○